அதிசய முருங்கை

மரு.கா.மதிவாணன்
M.B.B.S., D.P.H., D.I.H., D.M.L. & E., D.W.M., B.F.Tech,, M.Sc (வர்மக்கலை)
துணை இயக்குநர் சுகாதாரப்பணிகள் (ஓய்வு),
பொதுச் சுகாதாரம் மற்றும் தடுப்புமருந்து துறை, தமிழ்நாடு அரசு.
முதல்வர், துளசி பாராமெடிக்கல் அறிவியல் கல்லூரி, திருச்செந்தூர்- 628 216.

பாரதி புத்தகாலயம்

ATHISAYA MURUNGAI (in Tamil)
Mathivanan
First Edition: February, 2022
Published by
BHARATHI PUTHAKALAYAM
7, Elango Salai, Teynampet, Chennai - 600 018
Email: bharathiputhakalayam@gmail.com | www.thamizhbooks.com

அதிசய முருங்கை
தமிழில்: **கா.மதிவாணன்**
முதற் பதிப்பு: பிப்ரவரி, 2022
வெளியீடு:

பாரதி புத்தகாலயம்

7, இளங்கோ சாலை, தேனாம்பேட்டை, சென்னை - 600 018.
தொலைபேசி: 044 24332424, 24330024 | விற்பனை: 24332924

விற்பனை நிலையங்கள்
7, இளங்கோ சாலை, தேனாம்பேட்டை, சென்னை - 600 018
மதுரை: 37A, பெரியார் பேருந்து நிலையம் - 045 22324674
ஈரோடு: 39: 39 ஸ்டேட் பேங்க் சாலை - 9245448353
திண்டுக்கல்: பேருந்து நிலையம் - 9942331105, 9976053719
பழனி: பேருந்து நிலையம் - 9442883696
திருப்பூர்: 447, அவினாசி சாலை - 9486105018
சேலம்: பாலம் 35, அத்வைத ஆஸ்ரமம் சாலை 0427 2335952
திருவல்லிக்கேணி: 48, தேரடி தெரு - 9444428358
வடபழனி: பேருந்து நிலையம் எதிரில் அடையார்
ஆனந்தபவன் மாடியில் - 9444476967
பெரம்பூர்: 52, கூக்ஸ் ரோடு - 9444373716
திருவாரூர்: 35, நேதாஜி சாலை - 9442540543
சேலம்: 15, வித்யாலயா சாலை சாலை
திருநெல்வேலி: 25கி, ராஜேந்திரநகர் - 9442149981
மதுரை: சர்வோதயா மெயின்ரோடு
குன்னூர்: N.K.N வணிக வளாகம் பெட்போர்ட்
செங்கல்பட்டு: 1 D ஜி.எஸ்.டி சாலை - 044 27426964
விருதுநகர்: 131, கச்சேரி சாலை - 0456 2245300
கும்பகோணம்: 352, ரயில் நிலையம் எதிரில் - 9443995061
வேலூர்: பேஸ் III, சத்துவாச்சாரி - 9442553893
நெய்வேலி: பேருந்து நிலையம் அருகில், - 9443659147
தஞ்சாவூர்: காந்திஜி வணிக வளாகம் காந்திஜி சாலை - 9655542400
கோவை: 77, மசக்காளிபாளையம் ரோடு, பீளமேடு - 8903707294
திருச்சி: வெண்மணி இல்லம், கரூர் புறவழிச்சாலை - 9994289492
திருவண்ணாமலை: முத்தம்மாள் நகர் | **நாகர்கோவில்:** 699 கே.பி.ரோடு R.V.புரம் - 9443450111
சிதம்பரம்: 22A / 18B தேரடி கடைத் தெரு, கீழவீதி அருகில் - 9994399347
கரூர்: நாரத கானசபா அருகில் (TNGEA OFFICE) - 9442706676
காரைக்குடி : 12, 2 வது தெரு, கம்பன் மணிமண்டபம் பின்புறம் - 9443406150
பாண்டிச்சேரி : கிழக்-கு கடற்கரைச்சாலை, இலாசுப்பேட்டை, 9486102777
அருப்புக்கோட்டை: கதவுஎண் 49 A/4 மெயின் ரோடு, தெற்கு தெரு - 9994173551

நினைத்த நூல்கள்... நினைத்த நேரத்தில்...
BharathiTV | www.bookday.in
thamizhbooks.com
9498062424

அச்சு:கிளிக்டோ பிரிண்ட், சென்னை - 600 018.

காணிக்கை

திருமதி மல்லிகேஸ்வரி

என்னை வளர்த்து ஆளாக்கி, கல்வி புகட்டிய
என் அன்பு அம்மாவிற்கு
இந்தப் புத்தகத்தை காணிக்கையாக்குகிறேன்.

கா.மதிவாணன்

பொருளடக்கம்

அணிந்துரை

மொரிங்கா என்று ஆங்கிலத்தில் அழைக்கப்படும் நமது முருங்கை சமீப காலங்களில் மேல்நாட்டினரால் ஒரு சூப்பர் உணவாகப் போற்றப்படுகிறது.

முருங்கையின் பூர்வீகம் 'இமயமலை அடிவாரம்' என்ற உண்மை முருங்கையின் ஆன்மீக அடிப்படையை நமக்கு உணர்த்துகிறது.

'முருங்கையில் இத்தனை மருத்துவ இரகசியங்களா,' என்று இந்நூலில் வியக்க வைக்கிறார் டாக்டர் மதிவாணன்.

'முருங்கை என்றாலே நமக்கு ஆண்மைக்கும் முருங்கைக்கும்' உள்ள தொடர்புதான் நினைவுக்கு வரும்.

அதைத் தவிர எண்ணற்ற மருத்துவப் பயன்கள் தரக்கூடியது முருங்கை.

உடலுக்கு இன்றியமையாத வைட்டமின்கள், தாதுப்பொருள்கள் மற்றும் நார்ச்சத்து முருங்கையில் மிக அதிகமாக உள்ளன.

முருங்கையின் எல்லாப் பாகங்களுமே மனிதனுக்கு நன்மை தரக்கூடியவை.

முருங்கை பற்றிய குறிப்புகள் நமது பழந்தமிழ் நூல்களிலும் பழமொழிகளிலும் இடம்பெறுவதை நூலாசிரியர் சுவையாகக் கூறியுள்ளார்.

வீட்டுத் தோட்டத்தின் சுற்றுச்சூழல் பலன்களை ஆசிரியர் விளக்குவது அவரது சமூக மற்றும் சுற்றுச்சூழல் அக்கறையை எதிரொலிக்கிறது.

முருங்கையின் பல்வேறு பாகங்களையும் உணவில் 'சூப் முதல் துவையல் வரை, எவ்வாறு பயன்படுத்தலாம் என்பதைப் பல்வேறு சமையல் குறிப்புகளுடன், ஓர் ஆங்கில மருத்துவர் விளக்குவது அருமையாக உள்ளது.

பயனுள்ள இந்நூலை அனைவரும் படித்துப் பயன்பெற வாழ்த்துகள்

மரு. மயில்வாணன் நடராஜன்

முருங்கை

முருங்கை மரம் மொரிங்கேசியே என்ற குடும்பத்தைச் சேர்ந்த ஒரு தாவரமாகும். இதன் தாவரப் பெயர் - மொரிங்கா ஒலிபெரா (*Moringa oleifera*). இதில் 'மொரிங்கா' என்ற பெயர் 'முருங்கை' என்ற தமிழ் வார்த்தையில் இருந்து வந்ததாகும். முரி என்ற சொல்லுக்கு ஒடிதல் என்று பொருள். எனவே இச்சொல்லுடன் தொடர்புடைய முருங்குவது, அதாவது இம்மரம் எளிதில் ஒடியும் தன்மை உள்ள கிளைகளைக் கொண்ட மரம் என்பதாகும். இதன் கிளைகள் எளிதில் உடையும் தன்மையை உணர்ந்த நம் முன்னோர்கள், இம்மரத்தில் சிறுபிராயத்தினர் ஏறி விளையாடுவதைத் தடுக்கும் நோக்கத்தில், முருங்கை மரத்தில் பேய்கள் அண்டும் என்று சொல்லி பயமுறுத்தி உள்ளனர். மரம்தான் வலுவற்றதே தவிர, மனிதனை வலுவாக்கும் அத்தனை ஊட்டச்சத்துக்களும், மருத்துவ குணங்களும் ஒருங்கே நிறைந்த விந்தை தாவரம் இது.

முருங்கை மரத்திற்கு கிரஞ்சனம், கிளவி மற்றும் பிரம்மவிருட்சம் போன்ற மாற்றுப் பெயர்களும் உண்டு. முருங்கை மரம், ஹார்ஸ் ராடிஷ் மரம் (*Horse Radish Tree*) (முருங்கை மர வேர்கள் ஹார்ஸ் ராடிஷ் மாதிரி இருப்பதால்) மற்றும் பென் ஆயில் மரம் (முருங்கை மர விதைகளில் இருந்து பென் ஆயில் தயாரிப்பதால் என்று ஆங்கிலத்திலும், சுபாஞ்சனா என்று சமஸ்கிருதத்திலும், சகுணா என்று இந்தியிலும், சிக்குரு என்று மலையாளத்திலும், நுக்கா என்று கன்னடத்திலும், முனகா என்று தெலுங்கிலும் அழைக்கப்படுகிறது. முருங்கை மரமானது மனிதர்களுக்கு ஆரோக்கியத்தினை வாரி வழங்கும் முருகப்பெருமானின் கரம் போன்றது என்பதைக் குறிக்கும் விதமாக முருகனின் கை, முருங்கை என்று பெயரிடப்பட்டது எனவும் கூறப்படுகிறது.

இது ஒரு சாகாவரம் கொண்ட தாவரம் என்றால் மிகையாகாது. ஏனென்றால், எத்தனை முறை, எவ்வளவு உயரத்தில் வெட்டினாலும், வேர் மட்டும் இருந்தால் போதும், தழைத்து பலன் தரும் தாவரம். அதனால் இம்மரத்தை 'நபி டாய்' ('*Never die*' என்ற ஆங்கில வார்த்தையின் மருவு) என்ற பெயரில் ஆப்பிரிக்க மக்கள் தங்கள் மொழியில் அழைக்கின்றனர்.

இதன் தாயகம் இமயமலை அடிவாரம் ஆகும். இந்தியாவில் இமயமலை தொடங்கி குமரி வரை எங்கும் முருங்கை மரங்களைக் காணலாம். இது சுமார் 10 மீட்டர் உயரம் வரை வளரும் மரமாகும். இம்மரம் அனைத்து வகை மண்ணிலும் வேகமாக வளரும் தாவரம். நல்ல வடிகால் வசதி உள்ள மணல் சார்ந்த இடங்களில் செழிப்பாக வளரும். வெப்பம் மிகுந்த, தண்ணீர் வசதி குறைந்த, வறண்ட சூழ்நிலைகளிலும் நன்கு வளரும் தன்மை கொண்டது.

முருங்கையில் குட்டையான காய்கள் கொண்ட வகைகளும், மிக நீளமான சதைப்பற்றுள்ள காய்களைக் கொண்ட வகைகளும் உள்ளன. குட்டையான காய்கள் உள்ள யாழ்ப்பாண வகை முருங்கை மரத்தின் இளங்காம்புகள் சிவப்பு நிறத்தில் இருக்கும்.

தற்போது வேளாண்துறையினரால், செடி முருங்கை முதல் மிக நீளமான காய்கள் மற்றும் கொத்துக் கொத்தாக அதிக சதைப்பற்றுள்ள காய்கள் தரும் முருங்கை வகை வரை, பல்வேறு வகையான முருங்கை மரங்கள் புழக்கத்தில் விடப்பட்டுள்ளன.

இம்மரத்தை விதை மூலமும், போத்துகள் மூலமும் இனப்பெருக்கம் செய்யலாம். போத்துகள் மூலம் புதிய மரங்களை உருவாக்கினால் வெகுசீக்கிரம் வளர்ந்து பலன் தரும். விதை போட்டு வளரும் முருங்கைச் செடியை ஒரே கிளையாக வளர விடக்கூடாது. செடியானது, இடுப்பு உயரம் வளர்ந்ததும் ஒரு முறையும், மார்பு உயரம் வளர்ந்ததும் ஒரு முறையும், ஆள் உயரம் வளர்ந்ததும் ஒரு முறையும் நுனிக்கொழுந்தை கிள்ளி விட வேண்டும். அப்படிச் செய்தால் முருங்கை மரம் அதிக பக்கக் கிளைகள் எடுத்து அதிக கீரையையும், காய்களையும் தரும். மேலும் குறைந்த உயரமே வளர்வதால், கீரை மற்றும் காய்களை பறிப்பது எளிது.

முருங்கை மரத்தின் மூலம் ‘உணவே மருந்து’ என்ற கோட்பாட்டைத் தெளிவாக விளங்கிக் கொள்ள முடியும். இம்மரத்தின் இலை, பூ, பிஞ்சு, காய், விதை, வேர், மரப்பட்டை, இலைக்காம்பு மற்றும் பிசின் உட்பட அனைத்து பாகங்களும் உணவாகவும், மருந்தாகவும் பயன்படும். அதாவது அடிவேர் முதல் இலைநுனி வரை மனிதனுக்கு பயனளிக்கும் ஒரே மரம்.

இதன் ஒட்டுமொத்த குணமாக பழைய தமிழ்ப் பாடல் ஒன்று கீழ்க்கண்டவாறு குறிப்பிடுகிறது-

உடலுக்கு வெப்பத்தைக் கொடுக்கும்
கண்ணெரிச்சல் நீங்கும்
தாதுக்கள் பலப்படும்
ஆண்மை பெருகும்
கை காலசதி போக்கும்
எலும்புகளை உறுதியாக்கும்
நரம்பு இசிவுகளைத் தடுக்கும்
சிறுநீரைப் பெருக்கும்
மலக்கட்டை ஒழிக்கும்.

முருங்கை மரம் வளர்க்கும் வீடுகளில் 'பசியும் பிணியும் நீங்கி வசியும் வளமும் சுரக்கும்' என்ற கூற்று முற்றும் உண்மையாகும். அனைத்து ஜீவ சத்துக்களும் அடங்கிய முருங்கைக்கீரையை அமிர்தம் என்றும் சொல்லலாம். இம்மரத்தின் பல்வேறு பயன்பாடுகளை உணர்ந்த சித்தர்கள், இதை 'கற்பகத் தரு' என்றே பழந்தமிழ் பாடல்களில் குறிப்பிடுகின்றனர். முருங்கை மரம் பிரம்மாவின் அம்சமாகும்.

இம்மரம் தொன்று தொட்டு, தமிழ்நாட்டில் மிகப்பரவலாக இருந்தது என்பதற்கு கீழ்க்கண்ட பழமொழிகள் வழக்கில் இருப்பது ஒரு சான்றாகும்.

'முருங்கையை ஒடிச்சு வளர்
பெண்ணை அடிச்சு வளர்'

அதாவது முருங்கை மரத்தின் வளரும் தன்மையை குறிப்பிட்டு அம்மரத்தின் கிளைகளை ஒடிக்க ஒடிக்க மிக அதிக அளவில் பக்கக்கிளைகள் விடுவதுடன் அதிக அளவில் பூக்கள் பூத்து அதிகமான காய்களைத் தரும் என்பது இதன் உட்கருத்து.

'முருக்குப் பருத்து என்ன
தூணாகப் போகிறதா?'

முருங்கை மரத்தின் வலுவற்றத் தன்மையை குறிக்கும் வகையில் இப்பழமொழி உள்ளது. அதாவது முருங்கை மரம் எவ்வளவு பருமனாக இருந்தாலும் அது தூணாக பயன்படாது என்பது இதன் பொருள்.

'முருங்கை தின்னா
முந்நூறு வராது'

அதாவது முருங்கைக்கீரையை தொடர்ந்து உணவில் சேர்த்துக் கொள்பவர்களுக்கு முந்நூறு விதமான நோய்கள் வரும் வாய்ப்பு இல்லை என்பதாகும். இது முருங்கைக் கீரையில் உள்ள சத்துக்கள் மற்றும் அதன் நோய் எதிர்ப்புத் திறனை பறைசாற்றுவதாக உள்ளது.

'முருங்கை வெந்து கெட்டது
அகத்தி வேகாமல் கெட்டது'

இந்தப் பழமொழி முருங்கைக்கீரையையும், அகத்திக்கீரையையும் எப்படிச் சமைக்க வேண்டும் என்று சொல்கிறது. அதாவது முருங்கைக்கீரையின் முழு சத்துக்களையும் பெறுவதற்கு அதை அதிகமாக வேகவிடக் கூடாது என்பதும், அகத்திக்கீரையில் அதிக நார்ச்சத்து இருப்பதால் அதை நன்கு வேகவைக்காமல் சாப்பிட்டால் அஜீரணத்தை ஏற்படுத்தும் என்பதும் இதன் பொருள்.

'முருங்கைக்காய் என்றதும்
முறிந்ததாம் பத்தியம்'

இப்பழமொழி முருங்கைக்காயின் சுவையை எடுத்துரைக்கும் விதமாக உள்ளது. அதாவது பத்தியம் இருப்பவர்களின் மனதில் வைராக்கியத்தையும் உடைக்கும் அளவுக்கு முருங்கைக்காய் சுவையாக இருக்குமாம்.

'முருங்கைத்தின்ன கிழவனும்
வெறுங்கையோடு நடப்பான்'

முருங்கையை தினமும் உணவில் சேர்த்துக்கொள்ளும் பழக்கம் உள்ள கிழவனுக்கு கம்பு ஊன்றி நடக்கும் நிலை ஏற்படாது என்பதன் மூலம் முருங்கையின் ஊட்டச்சத்துக்களின் மகிமையை எடுத்துரைக்கும் விதமாக இது உள்ளதைக் காணலாம்.

'முருங்கையைப் போட்டவன்
வெறுங்கையா நின்னதில்லை'

இது, முருங்கைக்கு எப்போதுமே சந்தையில் விற்பனை வாய்ப்பு இருப்பதாலும் அதிக பராமரிப்பு செலவு இல்லாமல் வருமானம் தரும் பயிர் என்பதாலும், முருங்கை மரத்தை தனது நிலத்தில் சாகுபடி செய்தவன் நஷ்டப்பட்டு போனதில்லை என்பதை உணர்த்தும் வகையில் சொல்லப்பட்ட சொலவடையாகும்.

'கார்த்திகை மாசத்துக் கீரையைக்
கணவனுக்குக் கொடுக்காமல் தின்பாள்;

கார்த்திகை மாசத்துக் கீரையில் நெய் ஒழுகும்’

இவ்விரண்டு சொலவாடைகளும் தமிழகத்தின் தென் மாவட்டங்களில் வழக்கத்தில் உள்ளன. அதாவது ஆண்டு முழுவதும் இம்மரத்தில் இலைகள் இருந்தாலும் ஐப்பசி மாதம் பெய்யும் மழையைத் தொடர்ந்து, கார்த்திகை மாதம் மழை பெய்யும் போது முருங்கையில் புதுத் துளிர்கள் வரும். அத்துளிர்கள், அதில் உள்ள சத்துக்களை எளிதில் உடல் கிரகித்துக்கொள்ளும் வகையில் காரத் தன்மையுடன் சுவையாக இருக்கும். கார்த்திகை மாதத்திற்கு பிறகு மரம் பூக்கத் தொடங்கும். அப்போது மரத்தின் இலைகள் அமிலத் தன்மைக்கு மாறத் தொடங்கும். அதனால் கீரையின் சுவை குறையும். இது அனைத்துக் கீரைகளுக்கும் பொருந்தும் என்பதால் எந்தக் கீரையாக இருந்தாலும் அது பூப்பதற்குள் பறித்து சமையலுக்கு பயன்படுத்துவது நல்லது.

நம் நாட்டை ஆண்ட அரசகுடும்பத்தை சேர்ந்தவர்களும் முருங்கை மரத்தின் காய்களையும் கீரையையும் உணவாக பயன்படுத்தியதாக வரலாற்றுக் குறிப்புகள் கூறுகின்றன. மேலும் அரசர்கள் படைவீரர்களுக்கு முருங்கைக் கீரையை பிரதான உணவாகக் கொடுத்து வந்ததாக வரலாற்று ஆசிரியர்கள் குறிப்பிடுகின்றனர்.

முருங்கை மரத்திற்கும் கியூபாவின் முன்னாள் அதிபர் ஃபிடல் காஸ்ட்ரோவுக்கும் நெருங்கிய சம்பந்தம் உள்ள நிகழ்ச்சி ஒன்று உண்டு. கியூபாவுக்கு பக்கத்து நாடான ஹைட்டி தீவுப்பகுதியில் 2010 ஆம் ஆண்டு பெரிய பூகம்பம் ஏற்பட்டது. அதில் ஏராளமான பேர் இறந்து போனார்கள். அங்கு வயிற்றுப்போக்கு நோயும் வேகமாக பரவிக் கொண்டிருந்ததை கேள்விப்பட்ட ஃபிடல் காஸ்ட்ரோ, கியூபா நாட்டு மருத்துவ வல்லுநர்களிடம், ஹைட்டி மக்களின் வயிற்றுப்போக்கு நோயை கட்டுப்படுத்தி அம்மக்களின் நோய் எதிர்ப்பு சக்தியை அதிகரிப்பது பற்றி ஆலோசனை கேட்டுள்ளார். அந்த மருத்துவ வல்லுநர்களில் ஒருவரான ‘பின்லே இன்ஸ்டிட்யூட்’ என்ற மருத்துவ ஆராய்ச்சி நிலைய மருத்துவர் கெம்பா ஹெர்கோ அவர்கள், ஹைட்டி மக்களுடைய பிரச்சினைகளைத் தீர்த்து அவர்களுக்கு விரைவான நோய் எதிர்ப்பு சக்தியை தரக்கூடிய பொருள் இந்தியாவில் உள்ள முருங்கைக்கீரையும், முருங்கைக்காய்களும் என்று ஆலோசனைக் கூறியுள்ளார். உடனே அந்த மருத்துவரையே இந்தியாவிற்கு அனுப்பி வைத்து முருங்கைச் செடிகளை தருவித்து, அந்தச் செடிகளின் கீரையை கொடுத்து ஹைட்டி தீவு மக்களை வயிற்றுப்போக்கு கொள்ளை நோயிலிருந்து காப்பாற்றினார் கியூபாவின் முன்னாள் அதிபர் ஃபிடல் காஸ்ட்ரோ என்று சொல்லப்படுகிறது.

மேலும் அவர் முருங்கை மரத்தின் முக்கியத்துவத்தை உணர்ந்து, கியூபா நாட்டிலுள்ள ஒவ்வொரு வீட்டிலும் அம்மரத்தை வளர்க்க வேண்டும் என்று அரசாங்கம் அறிவிக்கவும் ஏற்பாடு செய்தார் என்றும் சொல்லப்படுகிறது. ஃபிடல் காஸ்ட்ரோ ஹவான்னாவில் இருக்கும் அவருடைய வீட்டுத் தோட்டத்திலும் முருங்கை மரங்களை பிரதானமாக வளர்த்ததுடன் 'வயதான காலத்திலும், தனது ஆரோக்கியத்திற்கும் சுறுசுறுப்புக்கும் முருங்கைக்கீரை தான் காரணம்' என்று அக்கீரையைப் புகழ்ந்துள்ளார்.

தற்போது, பல வீடுகளில் முருங்கை மரம் இருந்தாலும் அதன் முழு உபயோகம் தெரியாததாலும், அம்மரம் செழிப்பாக தளிர்விட்டு பூத்துக் குலுங்கி அபரிமிதமாகக் காய்த்து தொங்கும் போதும், அப்பாகங்கள் அனைத்தையும் எவ்வாறு சமயலுக்கும் மருந்தாகவும் பயன்படுத்தலாம் என்பது தெரியாததாலும், அம்மரத்தின் கொடையை வீணடிப்பதை சாதாரணமாகக் காணலாம். மேலும் முருங்கைக்காய் மற்றும் முருங்கைக் கீரையைப் பயன்படுத்தி ஒரே மாதிரியான சமையல் மட்டுமே செய்யும் போது சாப்பிட அலுப்பாகவும், வெறுப்பாகவும் இருப்பது மனித இயல்பு.

எனவே முருங்கைக் கீரையைப் பயன்படுத்தி 69 விதமான பலகாரங்களும், முருங்கைக்காயைப் பயன்படுத்தி 57 விதமான பலகாரங்களும் மற்றும் முருங்கைப்பூவைப் பயன்படுத்தி 12 விதமான பலகாரங்களும் செய்வதைப்பற்றி முன் கண்ட் அத்தியாயங்களில் காணலாம்.

எனவே முருங்கைக்கீரை, முருங்கைக்காய், முருங்கைப்பூ, முருங்கை விதை, முருங்கைப் பிஞ்சு, முருங்கை மரப்பட்டை ஆகியவற்றைக்கொண்டு பல்வேறு விதமான சமையல்களை செய்வதைப் பற்றி பின்வரும் அத்தியாயங்களில் காணலாம்.

முருங்கை மரத்தின் பாகங்களும் அவற்றின் பயன்களும் முருங்கைக்கீரை

முருங்கைக் கீரைக்கு இன்னொரு பெயர் 'பூலோக பிரம்ம விருட்சை மூலிகை', அதாவது பிரம்மாவினால் எழுதப்பட்ட தலை எழுத்தையே மாற்றக்கூடிய சக்தி இந்தக் கீரைக்கு உண்டு என்பதை குறிப்பதாகும். இதற்கு உதாரணமாக சொல்ல வேண்டும் என்றால் மிகுந்த இரத்த சோகை நோய் உள்ள ஒரு கர்ப்பிணி பிரசவிக்கும் போது, இரத்த சோகையினால் ஏற்படும் பாதிப்புக்களால் உயிர் இழக்கும் அபாயம் மிகவும் அதிகம்

(பிரம்மாவினால் எழுதப்பட்ட தலைவிதி என்று எடுத்துக் கொள்ளலாம்). ஆனால் அதே கர்ப்பிணிப் பெண், தான் கர்ப்பம் தரித்திருக்கும் போது தினசரி முருங்கைக்கீரையை தன் உணவில் சேர்த்துக் கொண்டிருந்திருப்பாரேயானால் பிரசவத்தின் போது உயிர் இழக்கும் அபாயம் மிகமிகக் குறைவு (அதனால் பிரம்மாவினால் எழுதப்பட்ட தலைவிதியை மாற்றும் சக்தி உள்ள கீரை இது என்று எடுத்துக் கொள்ளலாம்).

முருங்கைக்கீரை புனிதத்தன்மை உடையதாகக் கருதப்படுவதால், இக்கீரையை சனிக்கிழமை, அமாவாசை, பொங்கல் மற்றும் ஆடி திருநாட்களில் அகத்தி, வாதநாராயணன் கீரைகளுடன் கலந்து சமைத்து உண்பது வழக்கம்.

இது பல சமயங்களில், எளிதில் இலவசமாக கிடைப்பதால் இதை விலை உயர்ந்த பயன் தரும், விலையில்லா கீரை என்றும் சொல்லலாம். மேலும் இது அதிக வைட்டமின்கள் நிறைந்த கீரை என்பதால், இதை குறுமரத்தில் விளையும் வைட்டமின் மாத்திரை என்றும், 'ஏழைகளின் டானிக்' என்றும் சொன்னால் மிகையாகாது.

அனைத்துக் கீரைகளிலும் தனித்தன்மை வாய்ந்தது முருங்கைக் கீரையாகும். ஏனென்றால் இக்கீரையில் தான் மற்றக்கீரைகளைக் காட்டிலும் அதிக அளவில் புரதச்சத்து உள்ளது.

முருங்கைக்கீரை பற்றிய அகத்தியர் பாடல் ஒன்று அதன் மருத்துவ குணங்களைப் பற்றி குறிப்பிடுகிறது.

'செறிமந்தம் வெப்பந் தெறிக்குந் தலைநோய்
வெறிமூர்ச்சை கண்ணோய் விலகும் - மறமே
நெருங்கை யிலையொத்த விழிநேரிழையே நல்ல
முருங்கை யிலையை மொழி'

செறிமந்தம் - உணவு செரிமானம் சம்பந்தமானவற்றை சரி செய்யும். வெப்பந் தெறிக்கும் - உடல் சூட்டைத் தணிக்கும். தலைநோய் வெறிமூர்ச்சை விலகும் - மூளை சம்பந்தமான நோய்கள் மற்றும் மயக்கம் போட்டு விழுதல் ஆகியவற்றை சரி செய்யும். கண்ணோய் விலகும் - கண் சம்பந்தமான நோய்களை சரிசெய்யும்.

முருங்கைக் கீரைக்கு காமத்தை பெருக்கும் சக்தி உள்ளது என்று கீழ்க் காணும் அகத்தியரின் 'குணவாகப் பாடல்' சொல்கிறது.

'தாளி முருங்கைத் தழை தூதனம் பசலை
வானிலறு கீரையுநெய் வார்த்துண்ணில் - ஆளியென

விஞ்சுவார் போகத்தில் வீம்புரைத்த பெண்களெலாம்
கெஞ்சுவார் பின்வாங்கிக் கேள்.'

இதன் பொருளானது : தாளிக்கீரை, முருங்கைக்கீரை, தூதுவளை, பசலைக்கீரை, அறுகீரை ஆகியவற்றில் ஏதாவது ஒரு கீரையைப் புளி சேர்க்காமல் சமைத்து அத்துடன் சிறிதளவு பசுநெய் சேர்த்து தினமும் காலையில் நாற்பது நாட்கள் உண்டு வந்தால், ஆண்மை பெருகும். கணவன் மேல் குறை பேசிவரும் மனைவி மனம் மாறி கொஞ்சவும், கெஞ்சவும் தொடங்குவாள்.

100 கிராம் முருங்கைக்கீரையில் மற்றும் உலர்ந்த முருங்கைக்கீரைப் பொடியில் உள்ள ஊட்டச்சத்துக்கள் விவரம் -

வ. எண்	ஊட்டச்சத்தின் பெயர்	முருங்கைக் கீரை	உலர்ந்த முருங்கைக் கீரைப்பொடி
1	ஈரப்பதம்	75%	7.5%
2	கலோரி	92	205
3	மாவுச்சத்து (கி)	12.5	38.2
4	புரதச்சத்து (கி)	6.7	27.1
5	கொழுப்புச் சத்து (கி)	1.7	2.3
6	நார்ச்சத்து (கி)	0.9	19.2
7	வைட்டமின் A (மி.கி.)	6.78	18.2
8	வைட்டமின் B1 (மி.கி.)	0.06	2.64
9	வைட்டமின் B2 (மி.கி.)	0.05	20.5
10	வைட்டமின் B3 (மி.கி.)	0.8	8.2
11	வைட்டமின் B5 (மி.கி.)	0.125	1.1
12	வைட்டமின் B6 (மி.கி.)	1.2	8.9
13	வைட்டமின் B9 (மைக்ரோ கி.)	40	269
14	வைட்டமின் C (மி.கி.)	220	17.3
15	சுண்ணாம்புச்சத்து (மி.கி.)	440	2003

16	மக்னீசியம் (மி.கி.)	42	368
17	பொட்டாசியம் (மி.கி.)	259	1324
18	தாமிரம் (மி.கி.)	0.07	0.57
19	இரும்பு (மி.கி.)	7	28.2
20	துத்தநாகம் (மி.கி.)	0.16	3.29
21	கந்தகம் (மி.கி.)	1018	870
22	செலினியம் (மி.கி.)	0.049	0.9
23	பாஸ்பரஸ் (மி.கி.)	70	204

முருங்கைக் கீரையில் 90 வகையான ஊட்டச்சத்துக்களும் 46 வகையான மருத்துவ குணம் கொண்ட சத்துக்களும் இருப்பதாக ஆயுர்வேதம் மற்றும் பல்வேறு ஆய்வுக் குறிப்புகள் குறிப்பிடுகின்றன.

100 கிராம் உலர்ந்த முருங்கைக்கீரையில் உள்ள சத்துக்களின் ஒப்பீடு -

தயிரில் உள்ள 'புரத' அளவு போல 9 மடங்கு
கேரட்டில் உள்ள வைட்டமின் ஏ அளவு போல 10 மடங்கு
பாலில் உள்ள 'கால்சியம்' அளவு போல 17 மடங்கு
வாழைப்பழத்தில் உள்ள 'பொட்டாசியம்' அளவு போல 15 மடங்கு
ஸ்பினாச்சில் உள்ள 'இரும்புச் சத்து' அளவு போல 25 மடங்கு.

மேலும் முருங்கைக்கீரையில் உடலுக்குத் தேவையான ஒன்பது முக்கிய அமினோ அமிலங்கள் உள்ளன. எல்லாக் கீரைகளையும் விட வைட்டமின் ஏ சத்து முருங்கைக் கீரையில் அதிகம் உள்ளது. இக்கீரையில் பொட்டாசியம் உள்ளதாலும், ஆனால் சோடியம் சத்து இல்லை என்பதாலும், இரத்தக் கொதிப்பு நோயாளிகளுக்கு இது உகந்தக் கீரையாகும். சுண்ணாம்பு சத்து இதில் அதிகம் இருப்பதால் எலும்பு மற்றும் மூட்டு பிரச்சினை உள்ளவர்களுக்கும் ஏற்ற கீரையாகும்.

ஒரு வயது முதல் மூன்று வயது வரையுள்ள குழந்தைகளுக்கு தினசரி 20 கிராம் அளவு முருங்கைக்கீரையை அல்லது 8 கிராம் அளவு உலர்ந்த முருங்கைக் கீரைப் பொடியை உணவில் சேர்த்துக் கொடுக்கும் போது இதர சத்துக்களுடன், ஒரு நாளைக்குத் தேவையான புரதம் மற்றும் சுண்ணாம்பு சத்தில் கால் பங்கும்,

வைட்டமின் ஏ மற்றும் வைட்டமின் சி சத்து முழுவதும் கிடைக்கும் என்று ஆய்வுக் குறிப்புகள் குறிப்பிடுகின்றன.

அதுபோலவே பெரியவர்கள் தினசரி தம் உணவில் 100 கிராம் அளவு முருங்கைக் கீரையை சாப்பிட்டு வந்தால், இதர சத்துக்களுடன், அவர்களின் ஒரு நாளைய தேவையில் பாதி அளவு புரதச் சத்தும், 75% அளவு சுண்ணாம்பு மற்றும் இரும்புச் சத்தும் கிடைக்கும். பெண்கள் முருங்கைக் கீரையை வேர்க்கடலையுடன் சேர்த்து சாப்பிட கர்ப்பப்பை வலுப் பெறும். முருங்கைக்கீரையை சாறு வைத்து சாப்பிட்டால் கர்ப்பிணி பெண்களுக்கு சிறுநீர் நன்றாக பிரியும், கை கால்கள் வீங்காமல் இருக்கும். தாய்ப்பால் அதிகம் சுரக்க வைக்க முருங்கைக்கீரை மிகச்சிறந்த உணவாகும்.

இக்கீரை மலிவானது மட்டுமல்லாது தமிழ்நாட்டில் எல்லா இடங்களிலும், எல்லாக் காலங்களிலும் கிடைக்கும் அற்புதக் கீரையாகும். முருங்கைக்கீரையை பறித்து ஒரு தளர்வான துணியில் சுற்றி, குளிர்பதன பெட்டியில் (ஃப்ரிட்ஜில்) வைத்தால் நான்கைந்து நாட்கள் வரை எடுத்துப் பயன்படுத்தலாம். இக்கீரையை சுத்தம் செய்து நிழலில் இரண்டு மூன்று நாட்கள் உலர்த்தி பொடி செய்து காற்றுப் புகாதபடி அடைத்து வைத்தால் பல நாட்கள் கெடாமல் இருக்கும். தேவையான போது அப்பொடியை எடுத்து உணவில் கலந்து பயன்படுத்தலாம். இப்போது வெளிநாடுகளிலும் பல்வேறு நட்சத்திர உணவு விடுதிகளிலும் கூட உலர்ந்த முருங்கை இலைப் பொடி கலந்த உணவுகளுக்கு பெரும் வரவேற்பு உள்ளது. ஆனால், நம்மிடையே பலருக்கும் முருங்கைக்கீரையின் மகத்துவம் பற்றிய விழிப்புணர்வு மிகவும் குறைவாகவே உள்ளது.

ஆசிய காய்கறிகள் ஆராய்ச்சி மேம்பாட்டு மையம், முருங்கைக்கீரை தரும் பலன்கள் குறித்து ஆய்வுகள் மேற்கொண்டு, கீழ்க்கண்ட முடிவுகளை வெளியிட்டுள்ளது.

- ❖ முருங்கைக் கீரையை கொதிக்க வைத்து அல்லது காயவைத்து பயன்படுத்துவதால், முருங்கைக்கீரையில் இருந்து இரும்புச் சத்தை உடல் கிரகிக்கும் தன்மையானது மூன்று மடங்கு அதிகமாகிறது.
- ❖ முற்றிய முருங்கைக்கீரையில் தான் மருத்துவகுணம் பெருமளவு உள்ளது.
- ❖ முருங்கைக் கீரையை நேரடியாக வெயிலில் உலர்த்தினால், வைட்டமின் ஏ சத்து பெருமளவு குறைந்து விடும். ஆனால்

நிழலில் உலர்த்தினால் 70% க்கும் அதிகமான வைட்டமின் ஏ சத்து கீரையில் தங்கியிருக்கும்.

❖ கோடைக்காலம் மற்றும் மழைக்காலத்தில் முருங்கைக்கீரையில் வைட்டமின் ஏ சத்து அதிகமாக இருக்கும்.

❖ வறண்ட காலம் மற்றும் குளிர் காலத்தில் முருங்கைக்கீரையில், இரும்புச் சத்து மற்றும் வைட்டமின் சி சத்து அதிகமாக இருக்கும்.

❖ கார்த்திகை மற்றும் மார்கழி மாதங்களில் முருங்கைக்கீரையின் சுவை அதிகம் என்ற கருத்து கிராமப்புறங்களில் நிலவி வருவதற்கு, அம்மாதங்களில் இந்த இரும்புச் சத்து மற்றும் வைட்டமின் சி சத்துக்களின் அதிகரிப்பே காரணம்.

அசைவ உணவு அதிகமாக சாப்பிடுபவர்களுக்கு நார்ச்சத்து குறைபாட்டினால் வரும் மலச்சிக்கல் போன்ற பிரச்சினைகள் இருக்கும். முருங்கைக் கீரையில் எளிதில் செரிமானம் ஆகும் நார்ச்சத்து மிகுதியாக இருப்பதால், இக்கீரையை உணவுடன் சேர்த்து உண்ணும்போது, அசைவ உணவுப் பிரியர்களின் உணவு குறைபாட்டினை ஈடு செய்து அவர்களின் உடல் நலம் காக்கும். முருக்கு, அதிரசம் போன்ற எண்ணெயில் வேகவைக்கும் பலகாரங்கள் செய்யும் போது கடாயில் ஊற்றிய எண்ணெய் பதமான அளவு சூடாகி உள்ளதா என்பதைக் கண்டறிய ஒரு முருங்கைக்கீரை இணுக்கை எண்ணெயில் விட்டுப் பார்க்கும் பழக்கம் கிராமப்புறங்களில் வழக்கில் உள்ளது. அந்த முருங்கைக்கீரை, எண்ணெயில் விட்டதும் சுரீர் என்ற சத்தத்துடன் பொரிந்தால் எண்ணெய் பதமாக காய்ந்து விட்டது என்பதை தெரிந்துகொள்ளலாம். அவ்வாறு பொரிந்த முருங்கைக்கீரை மொறு மொறுவென்று உண்பதற்கு சுவையாக இருக்கும். இதை ஒரு தட்டில் வைத்துக் கொடுத்தால் குழந்தைகள் விருப்பத்துடன் உண்பார்கள்.

வெண்ணெயிலிருந்து நெய் உருக்கும்போது அதில் முருங்கைக்கீரை இணுக்குகளைப் போட்டு நெய் உருக்கிய பின் முருங்கை இணுக்குகளை தனியே எடுத்து விடும் வழக்கம் உள்ளது. இதனால் நெய்யின் தன்மையும், நிறமும் தரமும் சுவையும் மேம்படுவதுடன் நெய்யின் மணமும் முருங்கை வாசனையுடன் சேர்த்து மனதை ஈர்க்கும். தனியே எடுக்கப்பட்ட நெய் மணத்துடன் சேர்ந்த இந்த முருங்கை இணுக்குகளும் சாப்பிட சுவையாக இருக்கும்.

முருங்கைக்கீரையானது சற்று கசப்புத் தன்மைக் கொண்டதாக இருப்பதால் மக்கள் இதனை அதிகம் விரும்பிப்

பயன்படுத்துவதில்லை. பொதுவாக முருங்கைக்கீரையை தயிருடன் சேர்த்து உண்பதையும், இரவு நேரத்தில் உண்பதையும் தவிர்ப்பது நல்லது. ஏனெனில் ஒரு சிலருக்கு இதனால் செரிமானக் கோளாறுகள் ஏற்படலாம். பொதுவாக எந்தக் கீரையாக இருப்பினும் அதை சமைப்பதற்கு முன் சிறிதளவு உப்பு, மஞ்சள்தூள் கலந்த நீரில் கழுவி, பிறகு அதனுடன் ஒரு தேக்கரண்டி சர்க்கரை சேர்த்து மூடாமல் வேகவைத்தால் அதன் பச்சை நிறம் மாறாமல் இருக்கும்.

முருங்கை இலையில் எடுக்கப்பட்ட சாற்றுடன் 80% எத்தனால் சேர்த்து 'தாவர வளர்ச்சி ஊக்கியாக' வீட்டுத் தோட்டங்களில் பயன்படுத்தலாம். இதனால் வீட்டுத் தோட்டத்தில் வளர்க்கும் தாவரங்கள், நோயின்றி செழிப்பாக வளர்ந்து அதிக பலனைத் தரும்.

முருங்கைக்கீரை

முருங்கைக்கீரை சூப் - 1

தேவையான பொருட்கள்

முருங்கைக்கீரை	*- 1 கைப்பிடி*
பால்	*- 100 மி.லி.*
தேங்காய்ப்பால்	*- 100 மி.லி.*
சோளமாவு	*- 1 தேக்கரண்டி*
வெங்காயம் (பெரியது)	*- 2 (பொடியாக நறுக்கியது)*
பச்சைமிளகாய்	*- 2 (நீளவாக்கில் நறுக்கியது)*
மிளகுத்தூள்	*- 1/2 தேக்கரண்டி*
சோம்பு	*- 1/2 தேக்கரண்டி*
இலவங்கப்பட்டை	*- 1*
நெய்	*- 1 மேசைக்கரண்டி*
கறிவேப்பிலை	*- தேவையான அளவு பொடியாக நறுக்கியது)*
உப்பு	*- தேவையான அளவு*
தண்ணீர்	*- 2 லிட்டர்*

செய்முறை

1. *கீரையை சுத்தம் செய்து பொடியாக நறுக்கிக் கொள்ளவும்.*
2. *வாணலியை அடுப்பில் வைத்து நெய் விட்டுக் காய்ந்ததும், சோம்பு, பட்டைப் போடவும். அது வெடித்ததும், வெங்காயம், பச்சைமிளகாய் போட்டு வதக்கவும்.*
3. *வதங்கியதும், சோளமாவைப் போட்டு 2 லிட்டர் தண்ணீர் ஊற்றி கொதிக்க வைக்கவும்.*
4. *கொதி வந்ததும், கீரையைப் போடவும்.*
5. *கீரை நன்றாக வெந்து குழைந்ததும், பால், தேங்காய்ப்பால் -1 கப் சேர்க்கவும்.*
6. *பிறகு மிளகுத்தூள், உப்பு போட்டு கலக்கி, ஒரு கொதி வந்ததும் அடுப்பில் இருந்து இறக்கவும்.*
7. *உடனே கறிவேப்பிலையைப் போட்டு கலக்கவும்.*

முருங்கைக்கீரை சூப் - 2

தேவையான பொருட்கள்

முருங்கைக்கீரை	*- 1 கப் (பொடியாக நறுக்கியது)*
வெங்காயம்	*- 2 (பொடியாக நறுக்கியது)*
வெண்ணெய்	*- 2 மேசைக்கரண்டி*
தக்காளி	*- 200 கி (பொடியாக நறுக்கியது)*
மைதாமாவு	*- 1 மேசைக்கரண்டி*

தேங்காய்ப் பால்
(அல்லது) பால் - 1 கப்
தக்காளி சாஸ் - 2 மேசைக்கரண்டி
மிளகுத்தூள் - தேவையான அளவு
உப்பு - தேவையான அளவு
தண்ணீர் - 4 கப்

செய்முறை

1. கொஞ்சம் முருங்கைக்கீரையை மட்டும் நறுக்காமல் அலங்கரிப்பதற்காக எடுத்து வைத்துக் கொள்ளவும்.
2. நறுக்கிய முருங்கைக்கீரை, வெங்காயம், தக்காளி ஆகியவற்றை 4 கப் தண்ணீர் ஊற்றி கீரை குழைந்து நன்றாக மிருதுவாகும் வரை நன்கு வேகவிடவும்.
3. இந்த கலவையை ஒரு ஜல்லடையால் ஜலித்துக் கொள்ளவும்.
4. **வெள்ளை சாஸ்ஸை கீழ்க்கண்டவாறு தயாரித்துக் கொள்ளவும்.**
   அ. வெண்ணெயை உருக்கி அதில் மைதாமாவைக் கொஞ்சம் கொஞ்சமாக கிளறி விட்டுக் கொண்டே வெள்ளை நிறம் மாறாமல் (அதாவது சூட்டினால் வறுபட்டு சிவக்காத வகையில்) சில நிமிடங்கள் கலக்கிவிடவும்.
   ஆ. அடுத்ததாக பாலை கொஞ்சம் கொஞ்சமாக சீராக இதனுடன் கலக்கவும்.
   இ. இக்கலவை மெல்லிய சாஸ்ஸாக மாறும் வரை சூடுபடுத்தவும்.
5. இந்த வெள்ளை சாஸ்ஸை ஜலித்து வைத்திருக்கும் கலவையுடன் கலந்து உப்பையும், மிளகுத்தூளையும் இவற்றுடன் சேர்க்கவும்.
6. நன்கு கலக்கிய பிறகு அதனுடன் நறுக்காமல் வைத்திருந்த முருங்கைக் கீரையை சேர்க்கவும்.
7. இந்தக் கலவையை இளந்தீயில் ஐந்து நிமிடம் வைத்திருக்கவும்.
8. பிறகு இந்த சூப்புடன் தக்காளி சாஸ்ஸைக் கலந்து சுடச்சுட பரிமாறவும்.

◇◇◇◇◇◇◇◇◇◇◇◇◇◇◇◇◇◇◇◇◇◇◇◇◇◇◇◇◇◇◇◇◇◇◇◇

முருங்கைக்கீரை சூப் - 3

தேவையான பொருட்கள்

முருங்கைக்கீரை - 2 கப்
கேரட் துருவல் - 1/2 கப்
தேங்காய்த்துருவல் - 1/2 கப்
பெரிய வெங்காயம் - 2
இஞ்சித் துண்டுகள் - 3

பூண்டு	*- 1*
கொத்தமல்லித் தழை	*- 1 கைப்பிடி*
மிளகுத்தூள்	*- 1 தேக்கரண்டி*
சீரகம்	*- 1 தேக்கரண்டி*
(தேங்காய் எண்ணெய்) அல்லது நெய்	*- 2 தேக்கரண்டி*
பெருங்காயத்தூள்	*- சிறிதளவு*
உப்பு	*- தேவையான அளவு*
தண்ணீர்	*- தேவையான அளவு*

செய்முறை

1. முருங்கைக்கீரையை சுத்தப்படுத்தி உதிர்த்து வைத்துக் கொள்ளவும்.

2. பெரிய வெங்காயம், கொத்தமல்லி, இஞ்சியை பொடியாக நறுக்கிக் கொள்ளவும்.

3. கேரட் துருவல், தேங்காய்த்துருவல், பெரிய வெங்காயம், இஞ்சி, பூண்டு, கொத்தமல்லித் தழை ஆகியவற்றை ஒன்றாக்கி, அதில் ஐந்து கப் தண்ணீர் விட்டு கொதிக்க வைக்கவும்.

4. அவை வெந்து வரும்போது, தண்ணீரை வடிக்கட்டி எடுத்து வைத்துக் கொள்ளவும்.

5. பிறகு ஒரு வாணலியை சூடாக்கி அதில் நெய் அல்லது எண்ணெயை ஊற்றி சூடானதும், அதில் சீரகம், முருங்கைக்கீரையைக் கொட்டி லேசாக வதக்கவும்.

6. பிறகு அதில் வேகவைத்த அனைத்து பொருட்களையும் ஒன்றாக்கி மிக்ஸியில் ஓடவிடவும்.

7. அவற்றை ஏற்கெனவே எடுத்து வைத்திருக்கும் வடித்த தண்ணீரையும் சேர்த்து ஒரு பாத்திரத்தில் மீண்டும் கொதிக்க விடவும்.

8. கொதித்ததும் அத்துடன் மிளகுத்தூள், பெருங்காயத்தூள், உப்பு ஆகியவற்றை சேர்த்து, நன்றாகக் கலந்து பரிமாறவும்.

முருங்கைக்கீரை சூப் - 4

தேவையான பொருட்கள்

முருங்கைக்கீரை	*- ஒரு கிண்ணம்*
சின்ன வெங்காயம்	*- நான்கு*
பூண்டு	*- ஆறு பல் (நன்றாக தட்டிக் கொள்ளவும்)*
நன்கு பழுத்த தக்காளி	*- ஒன்று*
மஞ்சள் தூள்	*- ஒரு சிட்டிகை*

சாம்பார் தூள் - ஒரு சிட்டிகை
தேங்காய்த்துருவல் - கொஞ்சம்
கொத்தமல்லித் தழை - கொஞ்சம்
உப்பு தேவையான அளவு
தண்ணீர் - தேவையான அளவு

தாளிப்புக்கு

நல்லெண்ணெய்
மிளகு
சீரகம்
காய்ந்த மிளகாய்
பெருங்காயம்

செய்முறை

1. முருங்கைக்கீரையை சுத்தப்படுத்தி உதிர்த்து வைத்துக்கொள்ளவும்.
2. வெங்காயத்தை பொடியாக நறுக்கிக் கொள்ளவும்.
3. பூண்டை தோலுடன் தட்டி வைத்துக்கொள்ளவும்.
4. ஒரு வாணலியை சூடாக்கி அதில் எண்ணெயை ஊற்றி சூடானதும், அதில் மிளகு, சீரகத்தை பொரியவிடவும் (அப்போது தான் மிளகின் காரம் சூப்பில் இறங்கும்).
5. அடுத்து காய்ந்த மிளகாய், பெருங்காயம் போட்டு, பூண்டு சேர்த்து, பூண்டின் வாசம் வரும் வரை நன்றாக வதக்கவும்.
6. அடுத்து வெங்காயம் சேர்த்து வதக்கவும்.
7. அடுத்து தக்காளி சேர்த்து குழைய வதக்கவும்.
8. பிறகு அதனுடன் கீரையை சேர்த்து துவள வதக்கவும்.
9. அதனுடன் மூன்று கிண்ணம் அளவு தண்ணீர் ஊற்றி கலக்கவும்.
10. அடுத்து அதனுடன் மஞ்சள் தூள், சாம்பார் தூள், உப்பு சேர்த்து கலக்கி கொதிக்கவிடவும்.
11. இரண்டு கொதி வந்ததும் அதனுடன் தேங்காய் துருவல், கொத்தமல்லித்தழை தூவி இறக்கவும்.

முருங்கைக்கீரை சூப் - 5 (நாட்டு வைத்தியம்)

தேவையான பொருட்கள்

முருங்கைக்கீரை - 2 கை அளவு
பச்சை மிளகாய் - 4 (3, 4 துண்டாக வெட்டி வைக்கவும்)
மிளகு - 1 தேக்கரண்டி
சீரகம் - 1 தேக்கரண்டி
சின்ன வெங்காயம் - 100 கிராம்
கறிவேப்பிலை - கொஞ்சம்

தக்காளி	- 1/4 கிலோ (பொடியாக நறுக்கி வைக்கவும்)
கொத்தமல்லித்தழை	- கொஞ்சம் (துண்டு துண்டாக நறுக்கி வைக்கவும்)
மஞ்சள் தூள்	- 1 தேக்கரண்டி
நல்லெண்ணெய்	- 2 மேசைக்கரண்டி
உப்பு	- தேவையான அளவு (1 1/2 தேக்கரண்டி)
தண்ணீர்	- 1/2 லிட்டர்

செய்முறை

1. மிளகு, சீரகத்தை சேர்த்து மிக்சியில் அரைத்து வைத்துக் கொள்ளவும்.
2. ஒரு வாணலியில் எண்ணெய் ஊற்றி காய்ந்ததும் கொஞ்சம் சீரகம் போட்டு பொரிந்ததும் வெங்காயத்தைக் கொட்டி வதக்கவும்.
3. கொஞ்சம் வதங்கியதும் அதில் தக்காளியைக் கொட்டி வதக்கவும்.
4. கொஞ்சம் வதங்கியதும் அதில் உப்பு சேர்த்து நன்கு கிளறவும்.
5. பிறகு அதை மூடி போட்டு வேக விடவும்.
6. இரண்டு நிமிடம் கழித்து திறந்து அதில் மிளகாய் துண்டுகளை சேர்த்து கிண்டியபின் தக்காளியை கரண்டியினால் நன்கு நசுக்கி கரைக்கவும்.
7. தக்காளி நன்கு கரைந்ததும் அதில் கறிவேப்பிலை சேர்க்கவும்.
8. பிறகு அதில் கொத்தமல்லி தழை சேர்த்து நன்கு கிண்டியபடி வேகவிடவும்.
9. அதில் மஞ்சள்தூள் சேர்த்து நன்கு குழம்புபோல் ஆகும் வகையில் கிண்டியபடி இருக்கவும்.
10. பிறகு அதில் மிளகு சீரகப் பொடியை சேர்த்து கிண்டவும்.
11. பிறகு அதில் தண்ணீர் ஊற்றி நன்கு கிண்டிய பின் முருங்கைக்கீரையை சேர்த்து மூடிபோட்டு வேகவிடவும்.
12. நன்கு கொதிக்க விட்டு பிறகு இறக்கி பரிமாறவும்.

◇◇◇

முருங்கைக்கீரை சுவைநீர்

தேவையான பொருட்கள்

முருங்கைக்கீரை	- அரை கைப்பிடி
மிளகு	- 1 தேக்கரண்டி
சீரகப்பொடி	- 1 தேக்கரண்டி
எலுமிச்சம் பழம்	- 1
வெல்லப்பாகு	- தேவைக்கேற்றபடி

தண்ணீர் - 600 மி.லி.

செய்முறை

1. முருங்கைக்கீரை, மிளகு, சீரகப்பொடி ஆகியவற்றை மிக்சியில் போட்டு 100 மி.லி. தண்ணீர் ஊற்றி நன்கு அரைக்கவும்.
2. பிறகு அதனுடன் 500 மி.லி. தண்ணீர் கலந்து வடிகட்டவும்.
3. அதனுடன் எலுமிச்சம்பழத்தைப் பிழிந்து அதன் சாற்றை சேர்க்கவும்.
4. பிறகு இவற்றுடன் தேவையான அளவு வெல்லப்பாகை கலந்து பரிமாறவும்.

முருங்கைக்கீரை வரகரிசி சூப்

தேவையான பொருட்கள்

முருங்கைக்கீரை	- 1 கைப்பிடி
வரகரிசி (ஊறவைத்தது)	- 2 தேக்கரண்டி
பாசிப்பருப்பு	- 1 தேக்கரண்டி
வெங்காயம் (சின்ன)	- 2 (பொடியாக நறுக்கியது)
சுக்கு	- கொட்டை பாக்களவு
மிளகு	- 6
திப்பிலி	- 2
உப்பு	- தேவையான அளவு
தண்ணீர்	- 4 டம்ளர்

செய்முறை

1. கீரையை சுத்தம் செய்து பொடியாக நறுக்கிக் கொள்ளவும்.
2. முருங்கை கீரை தவிர மற்ற எல்லாவற்றையும் ஒரு பாத்திரத்தில் போட்டு தண்ணீர் ஊற்றி கொதிக்க வைக்கவும்
3. கொதி வந்ததும், கீரையைப் போடவும்.
4. கீரை வெந்ததும் இறக்கி பரிமாறவும்.

முருங்கைக்கீரை அடை - 1

தேவையான பொருட்கள்

முருங்கைக்கீரை	- 2 கப்
புழுங்கல் அரிசி	- 1 கப்
பாசிபருப்பு	- 3/4 கப்
கடலைப்பருப்பு	- 1/2 கப்
துவரம்பருப்பு	- 1/2 கப்
உளுத்தம்பருப்பு	- 1/4 கப்

தேங்காய் துருவல்	- 1/2 கப்
சின்னவெங்காயம்	- 1 கப்
மிளகாய்த்தூள்	- 2 தேக்கரண்டி
பெருங்காயத்தூள்	- 1/2 தேக்கரண்டி
சோம்பு	- 1 தேக்கரண்டி
எண்ணெய்	- தேவைக்கு
உப்பு	- தேவைக்கு

செய்முறை

1. அரிசியைத் தனியாகவும், பருப்பு வகைகளை ஒன்றாகச் சேர்த்தும், ஒரு மணி நேரம் ஊறவைக்கவும்.
2. அரிசியை சற்று கரகரப்பாக அரைக்கவும்.
3. பிறகு பருப்பு கலவை, சோம்பு சேர்த்து லேசாக தண்ணீர் தெளித்து கரகரப்பாக அரைத்தெடுக்கவும்.
4. வெங்காயத்தை பொடியாக நறுக்கவும்.
5. அதில் மிளகாய்த்தூள், பெருங்காயத்தூள், முருங்கைக்கீரை, தேங்காய் துருவல், வெங்காயம், உப்பு ஆகியவற்றை சேர்த்து நன்கு கலக்கவும்.
6. பின் சிறு சிறு அடைகளாக ஊற்றவும்.
7. அடையைச் சுற்றிலும் எண்ணெய் விட்டு இருபுறமும் திருப்பிப் போட்டு வேகவைத்து எடுக்கவும்.

முருங்கைக்கீரை அடை - 2

தேவையான பொருட்கள்

முருங்கைக் கீரை	- 1 கப்
பச்சரிசி	- 1 கப்
புழுங்கல் அரிசி	- 1/2 கப்
துவரம்பருப்பு	- 1/2 கப்
கடலைப்பருப்பு	- 1/2 கப்
உளுத்தம்பருப்பு	- 1/4 கப்
பாசிபருப்பு	- 1/4 கப்
தேங்காய் துருவல்	- 1/2 மூடி
காய்ந்த மிளகாய்	- எட்டு
தனியா	- 1 தேக்கரண்டி
பெருங்காயத்தூள்	- 1 தேக்கரண்டி
புளித்த தயிர்	- 3 மேசைக் கரண்டி
எண்ணெய்	- தேவைக்கு
உப்பு	- தேவைக்கு

செய்முறை

1. அரிசி, பருப்பு வகைகளை ஒன்றாகச் சேர்த்து 3 மணி நேரம் ஊறவைக்கவும்.
2. பிறகு தண்ணீரை வடித்து விட்டு அவற்றுடன் காய்ந்தமிளகாய், தனியா, பெருங்காயத்தூள், உப்பு சேர்த்து, அவ்வப்போது கொஞ்சம் கொஞ்சமாகத் தண்ணீர் விட்டு சற்று கரகரப்பாக அரைக்கவும்.
3. பிறகு முருங்கைக்கீரை, தேங்காய் துருவல், தயிர் சேர்த்து நன்கு கலக்கவும்.
4. பின் சிறு சிறு அடைகளாக ஊற்றவும்.
5. அடையைச் சுற்றிலும் எண்ணெய் விட்டு இருபுறமும் திருப்பிப் போட்டு மிதமான தீயில் வேகவைத்து எடுக்கவும்.

முருங்கைக்கீரை அடை - 3

தேவையான பொருட்கள்

முருங்கைக்கீரை	- ஒரு கிண்ணம்
புழுங்கல் அரிசி	- ஒரு கிண்ணம்
கடலைப்பருப்பு	- முக்கால் கிண்ணம்
துவரம்பருப்பு	- ஒரு கிண்ணம்
உளுத்தம்பருப்பு	- அரைக்கிண்ணம்
மிளகாய் வத்தல்	- 6
பச்சை மிளகாய்	- ஒன்று
பெருங்காயத்தூள்	- அரைத் தேக்கரண்டி
எண்ணெய்	- தேவைக்கு
உப்பு	- தேவைக்கு

செய்முறை

1. அரிசியைத் தனியாகவும், பருப்பு வகைகளை ஒன்றாகச் சேர்த்தும், ஒரு மணி நேரம் ஊறவைக்கவும்.
2. முதலில் அரிசியை, மிளகாய் வத்தல், பச்சை மிளகாய், உப்பு, பெருங்காயம் சேர்த்து கிரைண்டரில் அரைக்கவும்.
3. அரிசி கொஞ்சம் அரைப்பட்டதும் பருப்புகளை சேர்த்து லேசாக தண்ணீர் தெளித்து கரகரப்பாக அரைத்தெடுக்கவும்.
4. சற்று கரகரப்பாக அரைத்த மாவை வெளியே எடுத்ததும் அதில் முருங்கைக் கீரையை சேர்த்து நன்கு கிளறி அரை மணிநேரம் தனியே வைக்கவும்.
5. பிறகு ஒரு தவாவில் சிறிது எண்ணெய் ஊற்றி அடைகளாக போட்டு எடுக்கவும்.

6. இதை சூடாக சட்னியுடன் சேர்த்து சாப்பிட சுவையாக இருக்கும்.

முருங்கைக்கீரை அடை - 4

தேவையான பொருட்கள்

முருங்கைக்கீரை	- ஒரு கிண்ணம் (உதிர்த்து ஆய்ந்தது)
புழுங்கல் அரிசி	- இரண்டு கிண்ணம்
தேங்காய் துருவல்	- கால் கப்
பச்சை மிளகாய்	- மூன்று
இஞ்சி	- ஒரு பெரிய துண்டு
பெருங்காயத்தூள்	- அரைத் தேக்கரண்டி
எண்ணெய்	- தேவைக்கேற்ப
உப்பு	- தேவையான அளவு

செய்முறை

1. புழுங்கல் அரிசியை நன்கு கழுவி ஒரு மணி நேரம் ஊறவைக்கவும்.
2. அதை கிரைண்டரில் போட்டு தேங்காய் துருவல், பச்சை மிளகாய், இஞ்சி சேர்த்து அரைக்கவும்.
3. அரைபடும் போதே அதில் உப்பும் பெருங்காயமும் சேர்க்கவும்.
4. சற்று கரகரப்பாக அரைத்த மாவை வெளியே எடுத்ததும் அதில் முருங்கைக் கீரையை சேர்த்து நன்கு கிளறி அரை மணிநேரம் தனியே வைக்கவும்.
5. பிறகு ஒரு தவாவில் சிறிது எண்ணெய் ஊற்றி அடைகளாக போட்டு எடுக்கவும்.
6. இதை சூடாக சட்னியுடன் சேர்த்து சாப்பிட சுவையாக இருக்கும்.

முருங்கைக்கீரை, கேழ்வரகு, வரகு அடை

தேவையான பொருட்கள்

முருங்கைக்கீரை	- 1 கப்
கேழ்வரகு மாவு	- 2 கப்
வரகு மாவு	- 1/2 கப்
வெங்காயம்	- 3 (பொடியாக நறுக்கியது)
இந்துப்பு	- தேவைக்கு
தண்ணீர்	- தேவைக்கேற்ப

தாளிக்க

கடுகு	-	1 தேக்கரண்டி
உளுத்தம்பருப்பு	-	1 தேக்கரண்டி
கடலைப்பருப்பு		1 தேக்கரண்டி
மோர்மிளகாய்	-	4 (துண்டுகளாக்கியது)
எண்ணெய்	-	1 மேசைக்கரண்டி

செய்முறை

1. ஒரு வாணலியை அடுப்பில் வைத்து, சிறிது எண்ணெய் விட்டு சூடானதும், கடுகு போட்டு பொரிந்ததும், பருப்புக்களைப் போட்டு சிவக்க வறுத்து, பின்பு மோர்மிளகாயைப் போட்டு வறுக்கவும்.
2. பிறகு அடுப்பை அணைத்துவிட்டு, அதில் முருங்கைக்கீரையைப் போட்டு வதக்கவும்.
3. பிறகு இதில் கேழ்வரகு மாவு, வரகு மாவு, இந்துப்பு ஆகியவற்றை சிறிது தண்ணீர் சேர்த்து நன்கு பிசையவும்.
4. பின் சிறுசிறு உருண்டைகளாக உருட்டி, பின் அடைகளாக தட்டவும்.
5. ஒரு தோசைக்கல்லில் இந்த அடையைச் சுற்றிலும் கொஞ்சமாக எண்ணெய் விட்டு இருபுறமும் திருப்பிப் போட்டு மிதமான தீயில் வேகவைத்து எடுக்கவும்.

முருங்கைக்கீரை கேழ்வரகு கட்லட்

தேவையான பொருட்கள்

இளசான முருங்கைக்கீரை	-	ஒரு கைப்பிடி
கேழ்வரகு மாவு	-	2 தேக்கரண்டி
பெரிய வெங்காயம்	-	1
தக்காளி	-	1
(வேகவைத்தது) உருளைக்கிழங்கு	-	1
பச்சைமிளகாய்	-	1
பிரட்தூள்	-	ஒரு கைப்பிடி
மிளகுத்தூள்	-	1/4 தேக்கரண்டி
சுக்குத்தூள்	-	1/4 தேக்கரண்டி
நல்லெண்ணெய்	-	தேவையான அளவு
உப்பு	-	தேவையான அளவு
தண்ணீர்	-	தேவையான அளவு

செய்முறை

1. உருளைக்கிழங்கை மசித்துக் கொள்ளவும்.

2. முருங்கைக்கீரை, வெங்காயம், தக்காளி, பச்சைமிளகாய் ஆகியவற்றை பொடியாக நறுக்கிக் கொள்ளவும்.
3. பிரட்தூள் தவிர்த்து மற்ற எல்லாப் பொருள்களையும் ஒன்றாகக் கலந்து, சிறிது தண்ணீர் தெளித்துப் பிசைந்து, சிறு உருண்டைகளாக உருட்டவும்.
4. பிறகு அவற்றை கட்லட்டாகத் தட்டி, பிரட்தூளில் பிரட்டி எடுத்து, சூடான தோசைக்கல்லில் போட்டு, சுற்றிலும் எண்ணெய் விட்டு, இருபக்கமும் நன்றாக சிவக்க வைத்து எடுக்கவும்.

முருங்கைக்கீரை தோசை-1

தேவையான பொருட்கள்

தோசை மாவு	- தேவையான அளவு
முருங்கைக்கீரை	- 1 கோப்பை (சுத்தம் செய்தது)
வெங்காயம்	- 1
பச்சை மிளகாய்	- 2
நெய்	- சிறிதளவு
உப்பு	- தேவையான அளவு

செய்முறை

1. வெங்காயத்தையும் பச்சை மிளகாயையும் பொடியாக அரிந்து கொள்ளவும்.
2. அடுப்பில் வாணலியை வைத்து நெய் ஊற்றி சூடாக்கவும்.
3. சூடான நெய்யில் முருங்கைக்கீரையை போட்டு வதக்கவும்.
4. கீரை வதங்கியதும் அதில் அரிந்து வைத்துள்ள வெங்காயம், பச்சை மிளகாய் போட்டு வதக்கவும்.
5. பின்பு உப்பு போட்டு அதைக் கிளறவும்.
6. பிறகு வதக்கியவற்றை தோசை மாவில் கொட்டி நன்றாகக் கிளறி விடவும்.
7. மாவை நல்ல பதத்திற்கு கொண்டு வந்து தோசை வார்க்கவும்.

முருங்கைக்கீரை தோசை - 2

தேவையான பொருட்கள்

முருங்கைக்கீரை	- 1 1/2 கப்
புழுங்கல் அரிசி	- 1 கப்
துவரம் பருப்பு	- 1 கப்
காய்ந்த மிளகாய்	- 8 (அல்லது தேவைக்கேற்ப குறைவாக)

சீரகம் - 1/2 தேக்கரண்டி
பெருங்காயத்தூள் - அரை தேக்கரண்டி
உப்பு - தேவையான அளவு
எண்ணெய் தேவையான அளவு (தோசை சுட)

செய்முறை

1. அரிசி, பருப்பு இரண்டையும் ஊறவைத்து மைய அரைத்துக் கொள்ளவும்.
2. மைய அரைப்பட்டதும் அத்துடன் முருங்கைக்கீரை மற்றும் காய்ந்த மிளகாய் சேர்த்து அரைக்கவும்.
3. பிறகு சீரகம், பெருங்காயத்தூள், உப்பு சேர்த்து நன்கு கிளறவும்.
4. மாவை நல்ல பதத்திற்கு கொண்டு வந்து அடுப்பை சிம்மில் (சிறு தீயில்) வைத்து தோசை வார்க்கவும்.
5. இந்த தோசை வேக சற்று அதிக நேரமாகும்.
6. மொறுமொறுவென்று இருக்கும் போது சாப்பிட்டால் நன்றாக இருக்கும்.
7. இதற்கு நாட்டுச் சர்க்கரையும் வைத்து சாப்பிடலாம்.

முருங்கைக்கீரை கஞ்சி

தேவையான பொருட்கள்

முருங்கைக்கீரை - 2 கைப்பிடி
நொய் அரிசி (அ) உடைத்த புழுங்கல் அரிசி - 1/2 கிலோ
சிறிய வெங்காயம் - 100 கி
காய்ந்த மிளகாய் - 7
தேங்காய் பத்தை - 2
பூண்டு பல் - 5
மிளகு - 1 தேக்கரண்டி
சோம்பு - 1 தேக்கரண்டி
மஞ்சள்தூள் - 1/2 தேக்கரண்டி
இஞ்சி - சிறிய துண்டு
உப்பு - தேவையான அளவு

செய்முறை

1. வெங்காயம், காய்ந்த மிளகாய், தேங்காய், பூண்டு, மிளகு, சோம்பு, மஞ்சள்தூள், இஞ்சி ஆகியவற்றை பச்சையாக அரைத்து வைக்கவும்.
2. அரிசியைக் களைந்து வேகவைக்கவும்.
3. அது நன்கு கொதித்ததும் முருங்கைக்கீரையைப் போடவும்.

4. கீரை வெந்ததும், அரைத்து வைத்ததை கஞ்சியில் நன்கு கலக்கவும்.
5. பிறகு உப்பை சேர்த்து நன்கு கலக்கவும்.
6. கலவையின் வெந்த வாசனை வந்த பிறகு ஐந்து நிமிடங்கள் கழித்து அடுப்பில் இருந்து இறக்கவும்.

முருங்கைக்கீரை குதிரைவாலி கஞ்சி

தேவையான பொருட்கள்

முருங்கைக்கீரை	- 2 கப்
குதிரைவாலி	- 50 கிராம்
தண்ணீர்	- 6 மடங்கு

தாளிக்க

கடுகு	- 1 தேக்கரண்டி
உளுத்தம்பருப்பு	- 1 தேக்கரண்டி
எண்ணெய்	- 1 மேசைக்கரண்டி
கறிவேப்பிலை	- கொஞ்சம்

அரைக்க

வேர்க்கடலை (வறுத்தது)	- 2 மேசைக்கரண்டி
தேங்காய் துருவல்	- 2 மேசைக்கரண்டி
காய்ந்த மிளகாய்	- 2
பெருங்காயத்தூள்	- 1 தேக்கரண்டி
இந்துப்பு	- தேவையான அளவு

செய்முறை

1. ஒரு பாத்திரத்தில் தண்ணீரைக் கொதிக்க வைத்து, கொதி வந்ததும் குதிரைவாலியை போட்டு நன்கு வேகும் வரை (குறைந்தது 10 நிமிடம்) வைக்கவும்.
2. பிறகு வேறு ஒரு பாத்திரத்தில் சிறிது தண்ணீர் சேர்த்து முருங்கைக் கீரையை வேகவைக்கவும்.
3. அரைக்க வேண்டிய பொருள்களை ஒன்றாகச் சேர்த்து மிக்சியில் அரைத்து வைக்கவும்.
4. ஒரு வாணலியை அடுப்பில் வைத்து எண்ணெய் விட்டுக் காய்ந்ததும், தாளிக்கும் பொருள்களைச் சேர்த்து தாளிக்கவும்.
5. இந்த தளிதத்தில் வேக வைத்த முருங்கைக்கீரையைப் போட்டு நன்கு கிளறவும்.
6. பிறகு அரைத்து வைத்த பொருள்களைச் சேர்த்து நன்கு கிளறவும்.

7. இவற்றுடன் குதிரைவாலி கஞ்சியைச் சேர்த்து ஒரு கொதி வரும் வரை வேக வைத்து இறக்கி பரிமாறவும்.

◇◇◇◇◇◇◇◇◇◇◇◇◇◇◇◇◇◇◇◇◇◇◇◇◇◇◇◇◇◇◇◇◇◇◇◇◇◇

முருங்கைக்கீரை பொரியல் - 1

தேவையான பொருட்கள்

முருங்கைக்கீரை	- 1 கட்டு
தேங்காய் (துருவல்)	- சிறிதளவு
நெய் / எண்ணெய்	- தாளிப்பதற்கு
உளுத்தம்பருப்பு	- தாளிப்பதற்கு
சீரகம்	- தாளிப்பதற்கு
கறிவேப்பிலை	- தாளிப்பதற்கு
உப்பு	- தேவையான அளவு

செய்முறை

1. முருங்கைக்கீரையை ஆய்ந்து சுத்தம் செய்து வைக்கவும்.
2. பிறகு வாணலியில் நெய் விட்டு உளுத்தம்பருப்பு, சீரகம், கறிவேப்பிலை போட்டு தாளித்து, அதனுடன் கீரையைப் போட்டு, தேவையான அளவு தண்ணீர், உப்பு சேர்த்து மூடாமல் வேகவிடவும்.
3. நன்கு வெந்தவுடன் அடுப்பிலிருந்து இறக்கி, உடனே தேங்காய் சேர்த்து கிளறி பரிமாறவும்.

◇◇◇◇◇◇◇◇◇◇◇◇◇◇◇◇◇◇◇◇◇◇◇◇◇◇◇◇◇◇◇◇◇◇◇◇◇◇

முருங்கைக்கீரை பொரியல் - 2

தேவையான பொருட்கள்

முருங்கைக்கீரை	- 2 கோப்பை (சுத்தம் செய்தது)
தேங்காய் (துருவல்)	- 1 கோப்பை
வெங்காயம்	- 4
பச்சை மிளகாய்	- 4
காய்ந்த மிளகாய்	- 3
பூண்டு	- 4 பல்
புளி	- சிறிதளவு
கறிவேப்பிலை	- சிறிதளவு
உளுத்தம்பருப்பு	- 1 தேக்கரண்டி
வெந்தயம்	- 1 தேக்கரண்டி
கடுகு	- 1 தேக்கரண்டி
எண்ணெய்	- தேவையான அளவு
உப்பு	- தேவையான அளவு

செய்முறை

1. தேங்காய் துருவல், பூண்டு, புளி, காய்ந்த மிளகாய் ஆகியவற்றை அம்மியில் வைத்து பொரபொரவென்று அரைத்து வைத்துக் கொள்ளவும்.
2. வெங்காயத்தையும், பச்சை மிளகாயையும் பொடியாக அரிந்து வைத்துக் கொள்ளவும்.
3. அடுப்பில் வாணலியை வைத்து எண்ணெய் ஊற்றி, காய்ந்த பின் அதில் கீரையை கொட்டி நன்கு வதக்கவும்.
4. பிறகு அதில் அரிந்து வைத்துள்ள வெங்காயத்தையும், பச்சை மிளகாயையும் போட்டு வதக்கவும்.
5. பிறகு அரைத்த பொரபொரக் கலவையை அதில் கொட்டிக் கிளறவும்.
6. மீண்டும் சிறிது எண்ணெய் விட்டு உப்பைப் போட்டு நன்கு அதைக் கிளறவும்.
7. பின்னர் கடுகு, உளுத்தம்பருப்பு, வெந்தயம், கறிவேப்பிலையை தாளித்து அதில் கொட்டி இறக்கவும்.

முருங்கைக்கீரை பொரியல் - 3

தேவையான பொருட்கள்

முருங்கைக்கீரை	- 1 கட்டு
தேங்காய்	- 1/2 மூடி
மிளகாய் வற்றல்	- 1
சீரகம்	- 1/2 தேக்கரண்டி
தேங்காய் எண்ணெய்	- 2 தேக்கரண்டி
கடுகு	- 1 தேக்கரண்டி
சோடா உப்பு	- 1 சிட்டிகை
உப்பு	- தேவைக்கேற்ப
தண்ணீர்	- தேவைக்கேற்ப

செய்முறை

1. கழுவிய முருங்கைக் கீரையை ஒரு பாத்திரத்தில் இட்டு, அளவாக (கொஞ்சம்) தண்ணீர் ஊற்றி அதில் சோடா உப்பு போட்டு வேக வைக்கவும்.
2. தேங்காயைத் துருவி அதனுடன் மிளகாய் வற்றல் மற்றும் சீரகம் சேர்த்து, சிறிது தண்ணீர் விட்டு உதிரியாக அரைத்து வைத்துக் கொள்ளவும்.
3. கீரை நன்கு வெந்து தண்ணீர் வற்றியவுடன் அதில் அரைத்த தேங்காய் கலவையைப் போட்டுக் கிளறவும்.
4. ஒரு வாணலியில் எண்ணெய் விட்டு காய்ந்ததும் கடுகைப் போட்டு தாளிக்கவும்.

5. கீரையை வாணலியில் போட்டு, தேங்காய் எண்ணெய் விட்டு நன்கு வதக்கவும்.
6. கீரை நன்கு வதங்கியதும் உப்பைப் போட்டு நன்றாகக் கிளறி இறக்கவும்
7. தேவையானால் இதில் கூடுதலாக தேங்காய்த் துருவலை கடைசியாகப் போட்டு மீண்டும் நன்கு கிளறி பரிமாறலாம்.

முருங்கைக்கீரை பொரியல் - 4

தேவையான பொருட்கள்

முருங்கைக்கீரை	- 1/4 கிலோ (சுத்தம் செய்தது)
தேங்காய் (துருவல்)	- 1/4 மூடி
சாம்பார் வெங்காயம்	- 200 கிராம்
பச்சை மிளகாய்	- 4
காய்ந்த மிளகாய்	- 2
பூண்டு	- 10 பல்
கடுகு	- 1 தேக்கரண்டி
எண்ணெய்	- தேவையான அளவு
உப்பு	- தேவையான அளவு

செய்முறை

1. ஒரு வாணலியில் எண்ணெய் விட்டுக் காய்ந்ததும் கடுகு, காய்ந்த மிளகாய் சேர்த்து தாளிக்கவும்.
2. அத்துடன் நறுக்கிய வெங்காயம், பூண்டு, பச்சை மிளகாய் இவற்றை சேர்த்து வதக்கவும்.
3. பிறகு அதில் முருங்கைக்கீரையைப் போட்டு வதக்கவும்.
4. பிறகு கொஞ்சம் நீர் தெளித்து உப்பை சேர்த்து நன்கு கிளறவும்.
5. முருங்கைக் கீரை வேகும் வரை அவ்வப்போது கொஞ்சம் நீர் தெளிக்கவும்.
6. கீரை வெந்த பிறகு தேங்காய்த் துருவலைப் போட்டு நன்கு கிளறி இறக்கவும்.

பின் குறிப்பு

கீரையுடன் கத்தரிக்காய் அல்லது வாழைக்காய் சேர்த்து பொரித்தால் கூடுதல் சுவையுடன் இருக்கும்.

முருங்கைக்கீரை வாழைப்பூ பொரியல்

தேவையான பொருட்கள்

முருங்கைக்கீரை	- 2 கப்
வாழைப்பூ	- 1 கப்

தேங்காய் துருவல்	- 2 மேசைக்கரண்டி
கடுகு	- 1/2 தேக்கரண்டி
உளுந்து	- 1 தேக்கரண்டி
மிளகாய் வற்றல்	- 3
எண்ணெய்	- 2 மேசைக்கரண்டி
உப்பு	- தேவைக்கு

செய்முறை

1. வாழைப்பூவை நறுக்கி, நீர் கலந்த மோரில் ஊறவைக்கவும்.
2. கீரையை சுத்தம் செய்து வைக்கவும்.
3. எண்ணெயை சூடாக்கி கடுகு, உளுந்து, மிளகாய் வற்றலை தாளிக்கவும்.
4. மிளகாய் சிவந்ததும், மிதமான தீயில், முருங்கைக்கீரை, வாழைப்பூ, உப்பு சேர்த்து கிளறி மூடி வைக்கவும்.
5. வேகும் வரை அடிக்கடி கிளற வேண்டும்.
6. வெந்ததும், தேங்காய் துருவல் சேர்த்து கிளறி இறக்கவும்.

முருங்கைக்கீரை துவரம் பருப்பு பொரியல்

தேவையான பொருட்கள்

முருங்கைக்கீரை	- 3 கைப்பிடி
துவரம் பருப்பு	- 1 கப்
பெரிய வெங்காயம்	- 2 (பொடியாக நறுக்கியது)
தக்காளி	- 2 (பொடியாக நறுக்கியது)
பெருங்காயம்	- சிறிய துண்டு
பச்சை மிளகாய் - 3 (காய்ந்த மிளகாய் என்றாலும் பரவாயில்லை)	
பூண்டு	- 14 பல்
உளுத்தம் பருப்பு	- 1/4 தேக்கரண்டி
சீரகம்	- 1/4 தேக்கரண்டி
கடுகு	- 1/4 தேக்கரண்டி
சோம்பு தூள்	- 1/4 தேக்கரண்டி
தேங்காய்	- 1/4 மூடி (துருவியது)
மஞ்சள்தூள்	- 1/2 தேக்கரண்டி
எண்ணெய்	- தேவையான அளவு
உப்பு	- தேவையான அளவு
தண்ணீர்	- தேவையான அளவு

செய்முறை

1. ஒரு பாத்திரத்தில் தேவையான அளவு தண்ணீர் ஊற்றி துவரம் பருப்பு, 10 பல் பூண்டு, பெருங்காயம் ஆகியவற்றை சேர்த்து நன்கு வேக வைத்துக் கொள்ளவும்.

2. அடுப்பில் வாணலியை வைத்து எண்ணெய் ஊற்றி, காய்ந்த பின் அதில் கடுகு, உளுத்தம்பருப்பு, சீரகம், சோம்பு தூள் போட்டு தாளித்து அதில் மிளகாய், நன்கு பல் பூண்டு (நசுக்கியது) போட்டு வதக்கவும்.
3. பிறகு அதில் அரிந்து வைத்துள்ள வெங்காயத்தையும், பச்சை மிளகாயையும் போட்டு நன்கு வதக்கவும்.
4. பிறகு கீரையைப் போட்டு வதக்கவும்.
5. பிறகு அதை நன்றாகக் கிளறி சிறு தீயில் மூடி போட்டு ஐந்து நிமிடம் எண்ணெயில் வேகவிடவும்.
6. பின்பு கீரையுடன் வேக வைத்த பருப்பை போட்டு மஞ்சள்தூள், தக்காளி, உப்பு சேர்த்து மீண்டும் ஐந்து நிமிடம் வேக வைக்கவும். பருப்பை கீரையில் சேர்க்கும் போது, வேக வைத்த பருப்பில் தண்ணீர் இல்லை என்றால் மட்டும் 1/4 டம்ளர் தண்ணீர் ஊற்றி வேக வைக்க வேண்டும். மாறாக தண்ணீர் சலமாக இருந்தால் தண்ணீர் சேர்க்கக் கூடாது.
7. ஐந்து நிமிடம் ஆனதும் அதில் தேங்காய் துருவல் சேர்த்து நன்கு கிளறி, தண்ணீர் சுண்டியதும் இறக்கி சூடாக பரிமாறவும்.

முருங்கைக்கீரை எள்ளுப் பொரியல்

தேவையான பொருட்கள்

முருங்கைக்கீரை	- 1 கப்
எள்	- 3 தேக்கரண்டி
தேங்காய்த் துருவல்	- 3 தேக்கரண்டி
பச்சை மிளகாய்	- 1
உப்பு	- தேவையான அளவு
தண்ணீர்	- அரை டம்ளர்

செய்முறை

1. எள்ளை மூன்று மணி நேரம் ஊற வைத்து கரகரப்பாக அரைக்கவும்.
2. அதனுடன் அரை டம்ளர் தண்ணீர் விட்டு கரைத்து உப்பு சேர்த்து கொதிக்க விடவும்.
3. ஒரு கொதி வந்ததும், அதில் நறுக்கிய பச்சை மிளகாய், முருங்கைக்கீரை சேர்த்து வேக விடவும்.
4. நன்கு வெந்த பிறகு அதில் தேங்காயத் துருவல் சேர்த்து இறக்கி பரிமாறவும்.

முருங்கை கீரை காராமணி பொரியல்

தேவையான பொருட்கள்

முருங்கைக்கீரை	- 1/2 கட்டு
காராமணி	- 50 கிராம்
காய்ந்த மிளகாய்	- 3
தேங்காய் துருவல்	- 1/4 கப்
தனியா	- 1 தேக்கரண்டி (ஒன்றிரண்டாக பொடித்தது)
பூண்டு	- 1 தேக்கரண்டி (பொடியாக நறுக்கியது)
இஞ்சித்துருவல்	- 1 தேக்கரண்டி
கடுகு	- 1 தேக்கரண்டி
உளுத்தம் பருப்பு	- 1 தேக்கரண்டி
கடலைப் பருப்பு	- 1 தேக்கரண்டி
சீரகம்	- 1 தேக்கரண்டி
பெருங்காயத்தூள்	- ஒரு சிட்டிகை
எண்ணெய்	- தேவையான அளவு
உப்பு	- தேவையான அளவு
தண்ணீர்	- தேவையான அளவு

செய்முறை

1. முருங்கைக் கீரையை கழுவி உதிர்த்து வைக்கவும்.
2. ஒரு பாத்திரத்தில் தேவையான அளவு தண்ணீர் ஊற்றி காராமணியை நன்கு வேகவைத்துக் கொள்ளவும்.
3. ஒரு வாணலியில் எண்ணெய் விட்டுக் காய்ந்ததும், கடுகு, கிள்ளிய காய்ந்த மிளகாய், உளுத்தம் பருப்பு, கடலைப் பருப்பு, பூண்டு, பெருங்காயத்தூள், சீரகம், தனியா சேர்த்து தாளிக்கவும்.
4. அதில் முருங்கைக் கீரை, இஞ்சித் துருவல் சேர்த்து நன்கு வதக்கவும்.
5. பிறகு அதில் தேங்காய் துருவல், உப்பு சேர்த்து மேலும் சிறிது வதக்கி நன்கு கிளறி இறக்கவும்.

முருங்கைக்கீரை துவட்டல் 1

தேவையான பொருட்கள்

முருங்கைக்கீரை	- 1 லிட்டர் (உருவியது)
தேங்காய்	- 1/2 மூடி (துருவியது)
காய்ந்தமிளகாய்	- 2
கடுகு	- 1 தேக்கரண்டி

எண்ணெய் - 2 தேக்கரண்டி
உப்பு - தேவையான அளவு
தண்ணீர் - தேவையான அளவு

செய்முறை

1. ஒரு வாணலியில் எண்ணெய் விட்டு காய்ந்ததும் கடுகு போட்டு வெடித்ததும், காய்ந்தமிளகாய் போடவும்.
2. பிறகு சுத்தம் செய்த கீரையைக் கொட்டி, உப்பு போட்டு, தேவையான தண்ணீர் தெளித்து மூடி, வேகவைக்கவும்.
3. கீரை நன்கு வெந்ததும், தேங்காய் துருவலைப் போட்டு, கிளறி, கீரை உதிர்ந்தாற்போல் வந்ததும் இறக்கிவிடவும்.

பின்குறிப்பு - ருசியைக் கூட்ட

முருங்கைக்கீரை துவட்டல் செய்யும்போது கீழ்க்கண்ட பொடியை கடைசியில் தூவி ஒரு கிளறு கிளறி, அடுப்பிலிருந்து இறக்கினால் ருசி அதிகமாகும். மேலும் தேங்காய் துருவலும் போட வேண்டிய அவசியம் இல்லை.

ருசி பொடி விவரம்

பச்சரசி - 2 தேக்கரண்டி
உளுத்தம்பருப்பு - 2 தேக்கரண்டி
காய்ந்தமிளகாய்
(அல்லது) மிளகு - தேவையான அளவு (காரத்திற்கு ஏற்றபடி)

இம்மூன்றையும் எண்ணெய் இல்லாமல் சிவக்க வறுத்து, மிக்சியில் பொடித்து வைத்துக் கொள்ளவும். முருங்கைக்கீரை துவட்டலை அடுப்பிலிருந்து இறக்கும் போது இதை தூவி ஒரு கிளறு கிளறி இறக்கவும்.

முருங்கைக்கீரை துவட்டல் - 2

தேவையான பொருட்கள்

முருங்கைக்கீரை - 1 கட்டு
துவரம்பருப்பு - 100 கிராம்
தேங்காய் (துருவல்) - 1/2 மூடி
சின்னவெங்காயம் - 5 (பொடியாக நறுக்கியது)
நெய் - 2 தேக்கரண்டி
கடுகு, உளுத்தம்பருப்பு - 1 தேக்கரண்டி
சீரகம் - 1 தேக்கரண்டி
தண்ணீர் - 1 டம்ளர்
உப்பு - தேவையான அளவு

செய்முறை

1. முருங்கைக்கீரையை ஆய்ந்து சுத்தம் செய்து, ஒரு பாத்திரத்தில் 1 டம்ளர் தண்ணீர் ஊற்றி, மூடி வேகவைக்கவும்.
2. துவரம்பருப்பை தனியாக வேகவைக்கவும்.
3. வாணலியை சூடாக்கி நெய் விட்டுக் காய்ந்ததும் கடுகு, உளுத்தம்பருப்பு, சீரகம் போட்டு தாளித்து, வெங்காயம் சேர்த்து நன்கு வதக்கவும்
4. நன்கு வதங்கியதும் அதில் கீரையை சேர்த்து நன்றாக கிளறி விடவும்.
5. வேகவைத்த துவரம்பருப்பு, தேங்காய்பூ, உப்பு ஆகியவற்றையும் கீரையில் போட்டு, மேலும் சிறிது நெய் விட்டு பொலபொலப்பாக துவட்டி இறக்கவும்.

பின்குறிப்பு - ருசியைக் கூட்ட

முருங்கைக்கீரை துவட்டல் செய்யும் போது கீழ்க்கண்ட பொடியை கடைசியில் தூவி ஒரு கிளறு கிளறி, அடுப்பிலிருந்து இறக்கினால் ருசி அதிகமாகும். மேலும் தேங்காய் துருவலும் போட வேண்டிய அவசியம் இல்லை.

ருசி பொடி விவரம்

பச்சரசி	- 2 தேக்கரண்டி
உளுத்தம்பருப்பு	- 2 தேக்கரண்டி

காய்ந்தமிளகாய் (அல்லது) மிளகு - தேவையான அளவு (காரத்திற்கு ஏற்றபடி)

இம்மூன்றையும் எண்ணெய் இல்லாமல் சிவக்க வறுத்து, மிக்சியில் பொடித்து வைத்துக் கொள்ளவும். முருங்கைக்கீரை துவட்டலை அடுப்பிலிருந்து இறக்கும் போது இதை தூவி ஒரு கிளறு கிளறி இறக்கவும்.

முருங்கைக்கீரை கூட்டு

தேவையான பொருட்கள்

முருங்கைக் கீரை	- 1 கட்டு (உருவியது)
பாசிபருப்பு	- 100 கிராம்
வெங்காயம்	- 2 (நறுக்கியது)
பூண்டு	- 10 பல்
சீரகம்	- 1 மேசைக்கரண்டி
மிளகாய்தூள்	- 1 மேசைக்கரண்டி
மஞ்சள்தூள்	- 1 மேசைக்கரண்டி
உளுத்தம்பருப்பு	- 1 தேக்கரண்டி

கடுகு	- 1 தேக்கரண்டி
எண்ணெய்	- 1 மேசைக்கரண்டி
உப்பு	- தேவையான அளவு
தண்ணீர்	தேவையான அளவு
கறிவேப்பிலை	- கொஞ்சம்

செய்முறை

1. பாசிப்பருப்பை ஒரு பாத்திரத்தில் போட்டு, தேவையான அளவு தண்ணீர் ஊற்றி முருங்கைக்கீரை, வெங்காயம், மிளகாய்த்தூள், மஞ்சள்தூள் சேர்த்து நன்கு வேக வைக்கவும்.
2. வெந்ததும் சீரகம், பூண்டு விழுதாக அரைத்து அதில் போட்டு, உப்பு சேர்த்து நன்கு கிளறவும்.
3. ஒரு வாணலியல் எண்ணெய் விட்டு காய்ந்ததும் கடுகு, உளுத்தம்பருப்பு, கறிவேப்பிலை போட்டு தாளித்து அதில் கொட்டி இறக்கவும்.

முருங்கைக்கீரை புரோட்டீன் கூட்டு

தேவையான பொருட்கள்

முருங்கைக்கீரை	- 1 கப்
முளைக்கட்டிய பாசிப் பருப்பு	- 1 கப்
தேங்காய் துருவல்	- 1/4 கப்
இஞ்சி	- 1 துண்டு
மிளகாய் வற்றல்	- 1
சீரகம்	- 1/2 தேக்கரண்டி
மிளகு	- 1/2 தேக்கரண்டி
உப்பு	- தேவையான அளவு

தாளிக்க

கடுகு - 1 தேக்கரண்டி
எண்ணெய் - 1 தேக்கரண்டி

செய்முறை

1. ஒரு பாத்திரத்தில் முளைக்கட்டிய பாசிப் பருப்பையும் முருங்கைக்கீரையையும் தேவையான அளவு தண்ணீர் சேர்த்து ஒன்றாக வேகவிடவும்.
2. வெந்த பிறகு உப்பை சேர்க்கவும்.
3. தேங்காய் துருவல், இஞ்சி, மிளகாய் வற்றல், சீரகம், மிளகு ஆகியவற்றை ஒன்றாக சேர்த்து வறுத்து, பின் அதை மிக்சியில் விழுதாக அரைத்து, வேகவைத்த கீரைக் கலவையுடன் சேர்த்து கொதிக்க வைக்கவும்.
4. நன்கு கொதித்த பின் அதில் கடுகு தாளித்து கொட்டி இறக்கவும்.

5. பிடித்தமான காய்களை இதனுடன் சேர்த்தும் செய்யலாம்.
6. சூடான சாதத்துடன் சேர்த்து சாப்பிட சுவையாக இருக்கும்.

முருங்கைக்கீரை உருளைக்கிழங்கு மசாலா

தேவையான பொருட்கள்

முருங்கைக்கீரை	- அரைக்கட்டு
பட்டை	- சிறு துண்டு
கிராம்பு	- 2
உருளைக்கிழங்கு	- 4
பச்சை மிளகாய்	- 4
தக்காளி	- 2
வெங்காயம்	- 1 (பொடியாக நறுக்கியது)
சீரகம்	- 1/2 தேக்கரண்டி
பூண்டு	- 3 பல்
இஞ்சித்துருவல்	- 1 தேக்கரண்டி
கரம் மசாலாத்தூள்	- 1 தேக்கரண்டி
மஞ்சள்தூள்	- 1/2 தேக்கரண்டி
எண்ணெய்	- தேவையான அளவு
உப்பு	- தேவையான அளவு
தண்ணீர்	- தேவையான அளவு

செய்முறை

1. உருளைக்கிழங்கை தண்ணீர் ஊற்றி வேக வைத்து, சிறு துண்டுகளாக நறுக்கிக் கொள்ளவும்.
2. முருங்கைக்கீரையை உதிர்த்து வேகவைத்துக் கொள்ளவும்.
3. வேக வைத்த கீரையை மிக்சியில் விழுதாக அரைக்கவும்.
4. இஞ்சி, பூண்டுடன் பாதியளவு நறுக்கிய வெங்காயத்தைச் சேர்த்து அரைக்கவும்.
5. தக்காளி, பச்சை மிளகாயைத் துண்டுகளாக நறுக்கவும்.
6. ஒரு வாணலியில் எண்ணெய் ஊற்றி, காய்ந்ததும், பட்டை, கிராம்பு, சீரகம், மீதம் உள்ள வெங்காயம் சேர்த்து வதக்கவும்.
7. இதனுடன் தக்காளி, பச்சை மிளகாய், உப்பு, மஞ்சள்தூள், கரம் மசாலாத்தூள் சேர்த்து மேலும் வதக்கவும்.
8. வேகவைத்த உருளைக்கிழங்குடன், இஞ்சி, பூண்டு, வெங்காய விழுது, அரைத்த கீரை விழுது சேர்த்து ஐந்து நிமிடம் கொதிக்க வைத்து இறக்கவும்.

முருங்கைக்கீரை சத்து கறி

தேவையான பொருட்கள்

முருங்கைக்கீரை	- 4 கப்
வேர்க்கடலை	- 1 கப் (வறுத்து தோல் நீக்கியது)
சின்னவெங்காயம்	- 1 மேசைக்கரண்டி (பொடியாக நறுக்கியது)
கடுகு	- 1 தேக்கரண்டி
உளுந்து	- 1 தேக்கரண்டி
சீரகம்	- 1 தேக்கரண்டி
பச்சை மிளகாய்	- 1 (இரண்டாக கீறியது)
வரமிளகாய்	- 1
பூண்டு	- 6 பல்
நல்லெண்ணெய்	- 2 மேசைக்கரண்டி
உப்பு	- தேவையான அளவு
அரிசி களைந்த தண்ணீர்	- 1/2 லிட்டர்

செய்முறை

1. ஒரு மண் சட்டியில் 1/2 லிட்டர் அரிசி களைந்த நீர் ஊற்றி மூடிவைத்து கொதிக்க விடவும்.
2. நன்கு கொதித்ததும் அதில் வேகவைத்து நீர் வடித்த முருங்கைக்கீரையை போட்டு பிரட்டியபடி கீரை கருகாமல் நன்கு வேக விடவும்.
3. கீரை நன்கு வெந்ததும் தேவையான அளவு உப்பு போட்டு பிரட்டவும்.
4. பிறகு கீரை கரண்டியால் அமுக்கி பார்க்கும் போது அமுங்கும் பதம் வந்ததும் அதையே மூடி போட்டு இரண்டு நிமிடங்கள் கொதிக்க விடவும்.
5. பிறகு கீரையை தண்ணீர் இல்லாமல் வடித்து வைக்கவும்.
6. (வடித்த தண்ணீரை தனியாக எடுத்து வைத்து சூப் செய்ய பயன் படுத்தலாம்).
7. பூண்டை தட்டி வைக்கவும்.
8. வேர்க்கடலையை ஒன்று இரண்டாக அரைத்து வைத்துக் கொள்ளவும்.
9. ஒரு வாணலியை அடுப்பில் வைத்து 2 மேசைக்கரண்டி நல்லெண்ணெய் ஊற்றி சூடானதும் கடுகு (முழுவதும்) வெடித்து முடிந்ததும், உளுத்தம் பருப்பு போட்டு, பிறகு சீரகம், வரமிளகாய் போட்டு அதன் பிறகு வெங்காயம் போட்டு வதக்கவும்.
10. பிறகு அதில் கொஞ்சம் உப்பு மீண்டும் போட்டு கிளறவும்.
11. வெங்காயம் நன்கு வதங்கியதும், தட்டி வைத்த பூண்டையும், பச்சை மிளகாயையும் போட்டு லேசாக வதக்கவும்.

12. பிறகு அடுப்பை அணைத்துவிட்டு உடனே வேகவைத்த கீரையை அதில் போட்டு நன்றாக கிளறவும்.
13. பிறகு ஓரளவு ஆறியதும் அதில் ஒன்றிரண்டாக அரைத்து வைத்த வேர்க்கடலையை சேர்த்து நன்றாக கிளறவும். கீரை உதிரி உதிரியாக இருக்கும்.
14. இது ரசம் மற்றும் மோர் சாதத்திற்கு நன்றாக இருக்கும்.

◇◇◇◇◇◇◇◇◇◇◇◇◇◇◇◇◇◇◇◇◇◇◇◇◇◇◇◇◇◇◇◇

முருங்கைக்கீரை இருஸ்சேரி (Erusseri)

தேவையான பொருட்கள்

முருங்கைக்கீரை - 3 கப்
தேங்காய் துருவல் - 1/2 கப்
மிளகாய்த்தூள் - தேவையான அளவு
உப்பு - தேவையான அளவு
பாசிப்பருப்பு - 1/2 கப்
சீரகம் - 1/2 தேக்கரண்டி
மஞ்சள் தூள் - 1/4 தேக்கரண்டி
உப்பு - தேவையான அளவு
தண்ணீர் - தேவையான அளவு

தாளிக்க

தேங்காய் எண்ணெய் - 2 மேசைக்கரண்டி
(நறுக்கியது) சின்ன வெங்காயம் - 2 மேசைக்கரண்டி
காய்ந்த மிளகாய் - 4 (இரண்டு இரண்டாக வெட்டி வைக்கவும்)
கடுகு - 1/4 தேக்கரண்டி
கறிவேப்பிலை - 2 கொத்து

செய்முறை

1. ஒரு பாத்திரத்தில் தேவையான அளவு தண்ணீர் ஊற்றி, முருங்கைக்கீரை மற்றும் பாசிப்பருப்புடன் மிளகாய்த்தூள், மஞ்சள்தூள் சேர்த்து நன்கு வேகவைக்கவும்.
2. கீரைக் கலவை நன்கு வெந்ததும், தேங்காய் துருவல் மற்றும் சீரகத்தை கொரகொரவென்று அரைத்து அதனுடன் சேர்க்கவும்.
3. பிறகு உப்பை இதனுடன் சேர்த்து நன்கு கலக்கி வேகவைக்கவும்.
4. ஒரு வாணலியில் எண்ணெய் ஊற்றி காய்ந்ததும் கடுகு போட்டு பொரிந்ததும் வெங்காயம், காய்ந்த மிளகாய், கறிவேப்பிலை சேர்த்து பொன்னிறமாகும் வரை வதக்கவும்.
5. இந்த தாளிப்பை கீரைக் கலவையில் சேர்க்கவும்.
6. இந்தக் கூட்டு கெட்டியாக இருக்க வேண்டும்.
7. இதை சாதம் மற்றும் சப்பாத்திக்கு பரிமாறலாம்

◇◇◇◇◇◇◇◇◇◇◇◇◇◇◇◇◇◇◇◇◇◇◇◇◇◇◇◇◇◇◇◇

முருங்கைக்கீரை பருப்பு மசியல்

தேவையான பொருட்கள்

முருங்கைக்கீரை	- 1 கப்
முழு பச்சைப்பருப்பு	1 கப்
தக்காளி	- 1/2 கப் (நறுக்கியது)
காரட்	- 2 (துருவியது)
மஞ்சள்தூள்	- 1/2 தேக்கரண்டி
மிளகாய்த்தூள்	- 1/2 தேக்கரண்டி
பட்டை	- கொஞ்சம்
கிராம்பு	- கொஞ்சம்
ஏலக்காய்	- கொஞ்சம்
கொத்தமல்லிதழை	- கொஞ்சம் (நறுக்கி மேலே தூவ)
கறிவேப்பிலை	- கொஞ்சம் (நறுக்கி மேலே தூவ)
எண்ணெய்	- தாளிப்பதற்கு
உப்பு	- தேவையான அளவு
தண்ணீர்	- தேவைக்கு
எலுமிச்சம்பழம்	- 1 (சாறு பிழிய)

அரைக்க

வெங்காயம்	- 2
இஞ்சி	- 1 அங்குல துண்டு
பச்சைமிளகாய்	- 4

செய்முறை

1. பச்சைப்பருப்பை 2 மணி நேரம் தண்ணீரில் ஊறவைக்கவும்.
2. குக்கரில் பச்சைப்பருப்பு, முருங்கைக்கீரை, காரட் ஆகியவற்றை வைத்து ஒரு விசில் சத்தம் வரும் வரை வேகவைக்கவும்.
3. ஒரு வாணலியில் எண்ணெய் விட்டு சூடானதும், பட்டை, கிராம்பு, ஏலக்காய் பொருட்களையும், வெங்காயம், இஞ்சி, பச்சைமிளகாய் அரைத்த விழுதையும் சேர்த்து பொன்னிறமாக வறுக்கவும்.
4. பிறகு இதில் உப்பு, மிளகாய்த்தூள், மஞ்சள் தூள், தக்காளி சேர்த்து தளதள என்று வரும் வரை வேக வைக்கவும்.
5. பிறகு வெந்த பருப்பை சேர்த்து கெட்டியாகும் வரை வேகவிடவும்.
6. பிறகு அடுப்பிலிருந்து இறக்கி, இதில் ஒரு எலுமிச்சம் பழத்தை வெட்டி சாறு பிழிந்து ஊற்றவும்.
7. பிறகு அதன் மேல் மல்லித்தழை, கறிவேப்பிலை நறுக்கி தூவவும்.
8. இதை சப்பாத்திக்கு தொட்டுக்கொள்ளலாம்.

முருங்கைக்கீரை துவையல் - 1

தேவையான பொருட்கள்

முருங்கைக்கீரை	- 50 கிராம்
புளி	- தேவையான அளவு
பூண்டு	- 6 பற்கள்
சின்ன வெங்காயம்	- 2
காய்ந்த மிளகாய்	- 3
தேங்காய்	- 1 மூடி (துருவியது)
தனியா	- 2 தேக்கரண்டி
சீரகம்	- 1 தேக்கரண்டி
மிளகு	- 1 தேக்கரண்டி
உப்பு	- தேவையான அளவு

செய்முறை

1. நன்கு கழுவிய கீரையை தேங்காயுடன் நன்கு அரைக்கவும்.
2. அதனுடன் தனியாவையும், சீரகத்தையும் சேர்த்து அரைக்கவும்.
3. பிறகு மிளகை சேர்த்து அரைக்கவும்.
4. அவற்றுடன் புளியை சேர்த்து அரைக்கவும்.
5. பின் பூண்டை சேர்த்து அரைக்கவும்.
6. அவற்றுடன் வெங்காயத்தை சேர்த்து அரைக்கவும்.
7. பிறகு மிளகாயை சேர்த்து அரைக்கவும்.
8. கடைசியாக உப்பை சேர்த்து நன்றாக மசிய அரைத்து எடுக்கவும்.

முருங்கைக்கீரை துவையல் - 2

தேவையான பொருட்கள்

முருங்கைக்கீரை	- 1 கப்
புளி	- நெல்லிக்காய் அளவு
காய்ந்த மிளகாய்	- 8
தேங்காய்த் துருவல்	- 1 1/2 தேக்கரண்டி
கடலைப்பருப்பு	- 1 1/2 தேக்கரண்டி
உளுத்தம்பருப்பு	- 1 1/2 தேக்கரண்டி
நல்லெண்ணெய்	- தேவையான அளவு
உப்பு	- தேவையான அளவு

தாளிக்க

கடுகு	- 1 தேக்கரண்டி
உளுத்தம்பருப்பு	- 1/2 தேக்கரண்டி

செய்முறை

1. வாணலியில் சிறிது எண்ணெய் விட்டு காய்ந்ததும் மிளகாய், கடலைப்பருப்பு, உளுத்தம்பருப்பு, தேங்காய்த் துருவல் சேர்த்துப் பொன்னிறமாக வறுக்கவும்.
2. முருங்கைக்கீரையைத் தனியாக வதக்கி வைக்கவும்.
3. பிறகு வறுத்து வைத்தது மற்றும் வதக்கியது, இவை அனைத்தும் ஆறியதும், புளி, உப்பு சேர்த்து மிக்சியில் கரகரப்பாக அரைக்கவும்.
4. அதில் கடுகு, 1/2 தேக்கரண்டி உளுத்தம்பருப்பு தாளித்து கொட்டி கிளறவும்.

முருங்கைக்கீரை சாம்பார்

தேவையான பொருட்கள்

முருங்கைக்கீரை	- 2 கோப்பை (சுத்தம் செய்தது)
துவரம் பருப்பு	- 150 கிராம்
தேங்காய் (துருவல்)	- 1 கோப்பை
தக்காளி	- 4
வெங்காயம்	- 5
பச்சை மிளகாய்	- 3
காய்ந்த மிளகாய்	- 2
பூண்டு	- 4 பற்கள்
மஞ்சள்	- 1 துண்டு
சீரகம்	- 1 தேக்கரண்டி
கடுகு	- 1 தேக்கரண்டி
உளுத்தம் பருப்பு	- 1 தேக்கரண்டி
கறிவேப்பிலை	- சிறிது
சாம்பார் பொடி	- தேவையான அளவு
எண்ணெய்	- தேவையான அளவு
உப்பு	- தேவையான அளவு
தண்ணீர்	- தேவையான அளவு

செய்முறை

1. அடுப்பில் வாணலியை வைத்து, தேவையான அளவு தண்ணீரில் பருப்பை வேக விடவும்.
2. தக்காளி, வெங்காயம், பச்சை மிளகாயை அரிந்து வைத்துக் கொள்ள வேண்டும்.
3. தேங்காய் துருவல், காய்ந்த மிளகாய், பூண்டு, மஞ்சள், சீரகம் ஆகியவற்றை அம்மியில் வைத்து அரைத்து விழுதாக எடுத்துக் கொள்ளவும்.

4. பருப்பு வெந்த பின், அதனை கிளறி விட்டபடி கீரையைப் போடவும்.
5. கீரையும் பருப்பும் கொதிக்க ஆரம்பித்ததும் அதில் சாம்பார் பொடியைப் போடவும்.
6. பிறகு அரைத்த விழுதைப் போட்டு நன்றாக கலக்கவும்.
7. பிறகு உப்பைப் போட்டு கலக்கவும்.
8. பின்பு அதில் அரிந்து வைத்த தக்காளி, வெங்காயம், பச்சை மிளகாய் போட்டு மூடி வைக்கவும்.
9. ஒரு கொதி நிலைக்கு வந்ததும் மீண்டும் இரண்டு மூன்று முறை கிளறி விடவும்.
10. பின்னர் எண்ணெய், கடுகு, உளுத்தம் பருப்பு, கறிவேப்பிலை தாளித்து அதில் விடவும்.

முருங்கைக்கீரை தாளிச்சது

தேவையான பொருட்கள்

முருங்கைக்கீரை	- 1 கப்
வெங்காயம்	- 2
பச்சை மிளகாய்	- 3
தேங்காய் துருவல்	- 1 கப்
சோம்பு	- 1/4 தேக்கரண்டி
கடுகு	- 1/4 தேக்கரண்டி
மஞ்சள்தூள்	- 1/4 தேக்கரண்டி
மிளகாய்த்தூள்	- 1 மேசைக்கரண்டி
கறிவேப்பிலை	- 1 கொத்து
பூண்டு	- 4 பல்
எண்ணெய்	- 1 மேசைக்கரண்டி
உப்பு	- தேவையான அளவு
தண்ணீர்	- 2 கப்

செய்முறை

1. வெங்காயத்தையும் பச்சை மிளகாயையும் நறுக்கி வைக்கவும்.
2. தேங்காய் துருவலுடன் சோம்பு, பூண்டு, மஞ்சள்தூள் சேர்த்து மைய நைசாக அரைத்துக் கொள்ளவும்.
3. ஒரு பாத்திரத்தில் எண்ணெய் ஊற்றி காய்ந்ததும் கடுகு போட்டு பொரிந்ததும் வெங்காயம் மற்றும் பச்சை மிளகாய் சேர்த்து நன்கு வதக்கவும்.
4. அதில் முருங்கைக்கீரையைப் போட்டு கீரை நன்கு வதங்கும் வரை கிளறவும்.

5. தேங்காய் துருவலுடன் மிளகாய்த் தூள் சேர்த்து, 1 கப் தண்ணீர் ஊற்றி நன்கு கலக்கவும்.
6. இந்த தேங்காய் துருவல் மிளகாய் கலவையை நன்கு வதங்கிய கீரையுடன் சேர்த்து கலக்கவும்.
7. இதனுடன் கறிவேப்பிலை மற்றும் உப்பு சேர்த்து நன்கு கிளறியபடி கொதிக்க விடவும்.
8. மீண்டும் ஒரு கப் தண்ணீரை இந்தக் கலவையுடன் சேர்த்து சிறு தீயில் கொதிக்க விடவும்.
9. ஒரு கொதி வந்ததும் சூடாக, சாதம் அல்லது சப்பாத்திக்கு பரிமாறவும்.

முருங்கைக்கீரை பொரித்த குழம்பு

தேவையான பொருட்கள்

முருங்கைக்கீரை	- 1 கட்டு
பாசிப்பருப்பு (அ) துவரம் பருப்பு	- 1 மேசைக்கரண்டி
மஞ்சள் தூள்	- 1 சிட்டிகை
தேங்காய் துருவல்	- 1 மேசைக்கரண்டி
உளுத்தம் பருப்பு	- 1 தேக்கரண்டி
மிளகு	- 1 தேக்கரண்டி
பெருங்காயம்	- கொஞ்சம்
மிளகாய் வத்தல்	- 2
எண்ணெய்	- தேவையான அளவு
உப்பு	- தேவைக்கேற்ப
தண்ணீர்	- தேவையான அளவு

தாளிக்க

கடுகு	- 1 தேக்கரண்டி
உளுத்தம் பருப்பு	- 1 தேக்கரண்டி
தேங்காய் எண்ணெய்	- தேவையான அளவு
மிளகாய் வத்தல்	- 1

செய்முறை

1. மிளகாய் வத்தல், மிளகு, பெருங்காயம், உளுத்தம் பருப்பு, தேங்காய் துருவல் ஆகியவற்றை ஒரு வாணலியில் தேவையான அளவு எண்ணெய் ஊற்றி தனித்தனியாக வறுத்துக் கொள்ளவும்.
2. வறுத்த பொருட்களை ஒன்றாக சேர்த்து ஒரு மிக்சியில் அரைத்துக்கொள்ளவும்.
3. பாசிப்பருப்பை மஞ்சள்தூள் சேர்த்து ஒரு பாத்திரத்தில் வைத்து தேவையான அளவு தண்ணீர் ஊற்றி நன்றாகக் குழைய வேகவைத்துக் கொள்ளவும்.

4. முருங்கைக்கீரையை தேவையான அளவு தண்ணீர் ஊற்றி தனியாக வேக வைத்துக் கொள்ளவும்.
5. வெந்த கீரையுடன் வெந்த பருப்பை சேர்த்துத் தேவையான அளவு உப்பு சேர்த்து சற்று நேரம் வேக வைக்கவும்.
6. நன்கு வெந்ததும் அரைத்து வைத்த கலவையை அதில் கொட்டிக் கிளறிவிட்டுச் சற்று நேரம் குழம்பைக் கொதிக்கவிடவும்.
7. அனைத்தும் சேர்ந்து கொதித்ததும் அதில் தேங்காய் எண்ணெயில் கடுகு, உளுத்தம் பருப்பு, ஒரு மிளகாய் வத்தல் வைத்து தாளித்துக் கொட்டி இறக்கவும்.

முருங்கைக்கீரை மோர்க்குழம்பு

தேவையான பொருட்கள்

முருங்கைக்கீரை	- 200 கிராம்
துவரம்பருப்பு	- 100 கிராம்
கடலைப்பருப்பு	- 100 கிராம்
பச்சரிசி	- 50 கிராம்
மிளகாய் வற்றல்	- 5
மஞ்சள் தூள்	- 1 சிட்டிகை
மல்லி (தனியா)	- 1 தேக்கரண்டி
தேங்காய்ப்பூ	- 1 கை
கடுகு, உளுத்தம்பருப்பு	- 1 தேக்கரண்டி
கறிவேப்பிலை	- சிறிது
பெருங்காயத்தூள்	- சிறிது
புளித்த தயிர்	- 1/2 டம்ளர்
எண்ணெய்	- தாளிக்கும் அளவு
உப்பு	- தேவையான அளவு
தண்ணீர்	- 2 டம்ளர்

செய்முறை

1. ஒரு பாத்திரத்தில் 2 டம்ளர் தண்ணீர் விட்டு கொதிக்க விடவும்.
2. அதில் சுத்தம் செய்த முருங்கைக்கீரையை போட்டு, ஒரு சிட்டிகை மஞ்சள்தூள் சேர்த்து, மூடி வேகவிடவும்.
3. துவரம்பருப்பு, கடலைப்பருப்பு, பச்சரிசி, மிளகாய் வற்றல், மல்லி, தேங்காய்ப்பூ, பெருங்காயத்தூள் ஆகியவற்றை வறுத்து, ஆறவைத்து, மைய அரைத்துக் கொள்ளவும்.
4. வேகவைத்த கீரையுடன் அரைத்த விழுதை சேர்த்து கிளறி விடவும்.

5. வாணலியில் எண்ணெய் விட்டு கடுகு, உளுத்தம்பருப்பு, கறிவேப்பிலை தாளித்துக் கொட்டி, தயிர் ஊற்றிக் கலக்கி விடவும்.
6. கொதித்து நுரைத்ததும் தேவையான உப்பு சேர்த்து இறக்கவும்.

முருங்கைக்கீரை நெய் சோறு

தேவையான பொருட்கள்

முருங்கைக் கீரை	- 1 கைப்பிடி
புழுங்கல் அரிசி	- 250 கிராம் (சன்ன ரகம்)
முந்திரி பருப்பு	- 50 கிராம்
சீரகம்	- 5 கிராம்
நெய்	- 50 கிராம்
உப்பு	- தேவையான அளவு
தண்ணீர்	- தேவையான அளவு

செய்முறை

1. ஒரு பாத்திரத்தில் தண்ணீர் விட்டு அரிசி, உப்பு போட்டு வேகவைத்து வடித்து வைத்துக் கொள்ள வேண்டும்.
2. ஒரு வாணலியில் நெய் விட்டு முந்திரியை வறுத்து எடுத்து வைத்துக்கொண்டு, முருங்கைக் கீரையை நெய்யில் போட வேண்டும்.
3. இலை பொரிந்தவுடன், சீரகம் போட்டு நெய்யை இறக்கி வைத்துக் கொள்ளவும்.
4. ஒரு அகலமான பாத்திரத்தில் வடித்த சாதத்தை கொட்டிக் கொள்ளவும்.
5. பிறகு சாதத்தில், வறுத்த முந்திரி, முருங்கைக்கீரை நெய்யை ஊற்றி கிளறவும்.
6. ஊறுகாய் அல்லது தேங்காய் சட்னி தொட்டுக்கொண்டு இந்த சாதத்தை சாப்பிடலாம்.

முருங்கைக்கீரை சாதப் பொடி - 1

தேவையான பொருட்கள்

முருங்கைக்கீரைப் பொடி	- 25 கிராம்
கறிவேப்பிலை	- 250 கிராம்
உளுந்து	- 125 கிராம்
மிளகாய்த்தூள்	- 20 கிராம்
பெருங்காயத்தூள்	- 5 கிராம்

மிளகுத்தூள்	*- 8*	*கிராம்*
சீரகப்பொடி	*- 8*	*கிராம்*
உப்பு	*- 10*	*கிராம்*

செய்முறை

1. *கறிவேப்பிலையை நன்கு உலர்த்தி, லேசாக சூடுபடுத்தி அரைத்து பொடி செய்யவும்.*
2. *உளுத்தம் பருப்பை தனியாக வறுத்து அரைத்துக்கொள்ளவும்.*
3. *கறிவேப்பிலைப் பொடி, முருங்கைக் கீரைப் பொடி, உளுத்தம்பருப்புப் பொடி ஆகியவற்றுடன் மீதியுள்ள மிளகாய்த்தூள், பெருங்காயத்தூள், மிளகுத்தூள், சீரகப்பொடி மற்றும் உப்பு சேர்த்து ஒன்றாக மிக்சியில் ஓரிரண்டு சுற்றுக்கள் சுற்றி நன்கு கலக்கவும்.*
4. *சூடான சாதத்தில் இந்தப் பொடியைப் போட்டு எண்ணெய் அல்லது நெய் சேர்த்து உண்ணலாம்.*
5. *இதைக் காற்றுப் புகாதவண்ணம் கண்ணாடி பாட்டில்களில் அடைத்து வைத்தால் பல நாட்கள் கெடாமல் இருக்கும்.*

முருங்கைக்கீரை சாதப் பொடி - 2

தேவையான பொருட்கள்

முருங்கைக்கீரை (நிழலில் காயவைத்தது)	*- 1 கப்*
உளுந்து (தோலுடன் உடைத்தது)	*- 1 மேசைக்கரண்டி*
துவரம்பருப்பு	*- 1 மேசைக்கரண்டி*
கடலைப்பருப்பு	*- 1 மேசைக்கரண்டி*
வரமிளகாய்	*- 6*
பூண்டு	*- 6 பல்*
புளி	*- கொட்டைப்பாக்கு அளவு*
பெருங்காயத்தூள்	*- 1 சிட்டிகை*
மிளகு	*- 1 தேக்கரண்டி*
எண்ணெய்	*- 2 தேக்கரண்டி*
கல் உப்பு	*- 1 தேக்கரண்டி*

செய்முறை

1. *ஒரு வாணலியில் எண்ணெய் ஊற்றி புளியை வறுக்கவும்.*
2. *அதில் பூண்டைப் போட்டு ஈரத்தன்மை போகும் வரை வறுத்து தனியே ஒரு தட்டில் வைக்கவும்.*
3. *பிறகு அதே வாணலியில் வரமிளகாய் மற்றும் உப்பு போட்டு மிளகாய் கருகாமல் சிறு தீயில் வைத்து வறுக்கவும்.*
4. *பிறகு அதில் மிளகு சேர்த்து வறுத்து தனியே வைக்கவும்.*

5. பிறகு அதே வாணலியில் உளுத்தம் பருப்பு, துவரம்பருப்பு, கடலைப்பருப்பு ஆகியவற்றை தனித்தனியாக பொன்னிறமாக கருகாமல் சிறு தீயில் வறுத்து வைத்துக் கொள்ளவும். கடலைப்பருப்பு வறுக்கும் போது மட்டும் அதில் பெருங்காயத்தூளை சேர்த்து வறுத்துக் கொள்ளவும்.
6. பிறகு அதே வாணலியில் முருங்கைக் கீரையைப் போட்டு மொறுமொறுப்பாகும் வரை சிறு தீயில் வறுக்கவும்.
7. அனைத்தையும் நன்றாக ஆறவைத்து பின் ஒன்றாக சேர்த்து மிக்சியில் நன்கு அரைத்துக் கொள்ளவும்.
8. சூடான சாதத்தில் இந்தப் பொடியை போட்டு நல்லெண்ணெய் அல்லது நெய் சேர்த்து உண்ணலாம்.
9. இதைக் காற்று புகாத வண்ணம் கண்ணாடி பாட்டில்களில் அடைத்து வைத்தால் பல நாட்கள் கெடாமல் இருக்கும்.

முருங்கைக்கீரை (சுலபமான) சாதப் பொடி - 3

தேவையான பொருட்கள்

முருங்கைக்கீரை	- 2 கப் (நிழலில் காய வைத்தது)
சீரகம்	- 1 தேக்கரண்டி
மிளகு	- 1 தேக்கரண்டி
உப்பு	- கொஞ்சம்

செய்முறை

1. அனைத்தையும் ஒரு வாணலியில் லேசாக வறுத்து, ஆறியதும் மிக்சியில் போட்டு நைசாக அரைத்துக் கொள்ளவும்.
2. சூடு ஆறியதும் ஒரு கண்ணாடி பாட்டிலில் அடைத்து வைத்து தேவையான போது எடுத்து உபயோகிக்கலாம். ஒரு மாதம் வரை கெடாமல் இருக்கும்.
3. இதை சாதத்திற்கு நெய் அல்லது எண்ணெய் போட்டு சாப்பிடலாம்.
4. அல்லது ஓட்ஸ் அல்லது சிறுதானியக் கஞ்சி போன்றவற்றில் ஒரு தேக்கரண்டி சேர்த்து கலந்து சாப்பிடலாம்.

முருங்கைக்கீரை இட்லிப் பொடி

தேவையான பொருட்கள்

காய்ந்த கீரை (அ) முருங்கைக்கீரைப் பொடி - 15 கிராம்
கறிவேப்பிலை (காய்ந்தது) - 25 கிராம்
உளுந்து - 400 கிராம்

பாசிப்பருப்பு	- 50 கிராம்
கொள்ளு	- 50 கிராம்
பெருங்காயத்தூள்	- ஒன்றரை தேக்கரண்டி
பூண்டு	- 10
காய்ந்த மிளகாய்	- 25 எண்ணிக்கை
உப்பு	- 5 கிராம்

செய்முறை

1. கீரைகளை லேசாக சூடுபடுத்தி தனியாக அரைத்துக் கொள்ளவும்
2. உளுந்து, பாசிப்பருப்பு, கொள்ளு, பெருங்காயத்தூள், பூண்டு, காய்ந்த மிளகாய் ஆகியவற்றை தனித்தனியாக வறுத்துக் கொள்ளவும்.
3. மேற்கண்ட அனைத்தையும் உப்பு சேர்த்து மிக்சியில் பொடியாக அரைத்து எடுக்கவும்.
4. அரைத்த பொடியை எண்ணெய் அல்லது நெய் சேர்த்து இட்லி மற்றும் தோசைக்கு சாப்பிடலாம்.

முருங்கைக்கீரை உளுந்து இட்லிப் பொடி

தேவையான பொருட்கள்

முருங்கைக்கீரை	- 2 கப் (3, 4 நாட்கள் நிழலில் உலர்த்தியது)
உளுத்தம் பருப்பு	- 150 கி
மிளகு	- 1 தேக்கரண்டி
சீரகம்	- 1 தேக்கரண்டி
பெருங்காயம்	- 1/2 தேக்கரண்டி
இந்துப்பு	- தேவையான அளவு

செய்முறை

1. ஒரு வாணலியில் உளுந்தை சிவக்க வறுத்து வைக்கவும்.
2. பிறகு மிளகையும் சீரகத்தையும் வறுக்கவும்.
3. அடுத்து அதில் பெருங்காயத்தை சேர்த்து வறுக்கவும்.
4. பிறகு உளுந்து, மிளகு, சீரகம், பெருங்காயம் அனைத்தையும் கலந்து ஒரு அகலமான தட்டில் ஆறவைக்கவும்.
5. பின் ஒரு மிக்சியில் காய்ந்த முருங்கைக்கீரையைப் போட்டு அரைக்கவும்.
6. பிறகு அத்துடன் ஆறவைத்த மற்ற பொருள்களையும் உப்பையும் சேர்த்து கொரகொரவென்று அரைத்து எடுக்கவும்.
7. இட்லி, தோசைக்கு சாப்பிடலாம்.

பின் குறிப்பு

தோலுடன் உடைத்த உளுத்தம் பருப்பிலும் கீழ்க்கண்ட விகிதாசாரத்தில் சேர்த்து இட்லிப்பொடி செய்யலாம். அப்படி செய்தால் கூடுதல் ரத்து நிறைந்த பொடி கிடைக்கும். மண்சட்டியில் வறுப்பதால் கூடுதல் வாசனையுடன் இருக்கும்.

முருங்கைக்கீரை நிழலில் உலர்த்தியது	- 1 கப்
உளுத்தம்பருப்பு தோலுடன் உடைத்தது	- 1 கப்
மிளகு	- 1 தேக்கரண்டி
சீரகம்	- 1 தேக்கரண்டி
பெருங்காயம்	- 1/2 தேக்கரண்டி
உப்பு	- 1 தேக்கரண்டி

செய்முறை

1. ஒரு மண்சட்டியில் உளுத்தம்பருப்பை வாசனை வரும் வரை வறுத்து அதில் மிளகு, சீரகம், பெருங்காயம் சேர்த்து வறுக்கவும்.
2. பிறகு அடுப்பை அணைத்துவிட்டு உடனே அதில் உப்பு சேர்த்து கிளறி நன்கு ஆற வைக்கவும்.
3. பின் ஒரு மிக்சியில் காய்ந்த முருங்கைக்கீரையைப் போட்டு அரைக்கவும்.
3. பிறகு அத்துடன் ஆற வைத்த மற்ற பொருள்களையும் சேர்த்து கொரகொரவென்று அரைத்து எடுக்கவும்.

முருங்கைக்கீரை உடனடி சட்னிப் பொடி

தேவையான பொருட்கள்

முருங்கைக்கீரைப் பொடி	- 25 கிராம்
கடலைப்பருப்பு	- 400 கிராம்
தேங்காய்த் துருவல்	- 60 கிராம்
மிளகாய்த்தூள்	- 25 கிராம்
உப்பு	- 15 கிராம்
சிட்ரிக் அமிலம்	- 2. 5 கிராம்

செய்முறை

1. கடலைப்பருப்பை பொன்னிறமாக வறுத்து, அரைத்துக் கொள்ளவும்.
2. தேங்காய்த் துருவலை வறுத்து, அரைத்துக்கொள்ளவும்.
3. மேற்கண்ட அனைத்துப் பொருட்களையும் முருங்கைக்கீரைப் பொடி, மிளகாய்த்தூள், உப்பு, சிட்ரிக் அமிலம் ஆகியவற்றுடன் சேர்த்து மிக்சியில் போட்டு ஒரு சுற்று சுற்றி நன்கு கலக்கவும்.

4. இதைக் காற்று புகாத வண்ணம் கண்ணாடி பாட்டில்களில் அடைத்து வைத்தால் பல நாட்கள் கெடாமல் இருக்கும்.
5. சட்னி தேவையான போது இந்தப் பொடியுடன் தேவையான அளவு தண்ணீர் சேர்த்து உபயோகிக்கவும்.

முருங்கைக்கீரை உடனடி தோசை மிக்ஸ்

தேவையான பொருட்கள்

முருங்கைக்கீரைப் பொடி	- 15 கிராம்
மைதாமாவு	- 150 கிராம்
ரவை	- 150 கிராம்
அரிசி மாவு	- 150 கிராம்
சீரகம்	- 5 கிராம்
மிளகு	- 15 கிராம்
உப்பு	- 15 கிராம்

செய்முறை

1. மைதாமாவு, ரவை, அரிசி மாவு ஆகியவற்றை நன்றாகக் கலக்கவும்.
2. அதில் முருங்கைக்கீரைப் பொடி, சீரகம், மிளகு, உப்பு ஆகியவற்றை சேர்த்து நன்றாக கலக்கவும்.
3. இவை அனைத்தையும் நன்றாக கலக்கிய பிறகு அந்தக் கலவையை கண்ணாடி பாட்டில் அல்லது பாக்கெட்டில் அடைத்து வைக்கவும்.
4. தேவையான போது ஒரு கப் கலவையில் ஒரு கப் தண்ணீர் மற்றும் ஒரு கப் தயிர் சேர்த்து 30 நிமிடம் ஊற வைக்கவும்.
5. நன்கு ஊறிய பிறகு தேசையாக ஊற்றவும்.

முருங்கைக்கீரை பிஸ்கட்

தேவையான பொருட்கள்

முருங்கைக்கீரைப் பொடி	- 5 கிராம்
கோதுமை மாவு (அ) மைதாமாவு	- 200 கிராம்
சர்க்கரை	- 225 கிராம்
வெண்ணெய்	- 150 கிராம்
சோடா உப்பு	- 2.5 கிராம்

செய்முறை

1. சர்க்கரையை நன்கு பொடித்துக் கொள்ளவும்.
2. மைதா மாவையும் சோடா உப்பையும் நன்றாக 4, 5 தடவைகள் ஜலிக்கவும்.

3. அதில் முருங்கைக்கீரைப் பொடியை சேர்த்து மறுபடியும் 4, 5 தடவைகள் ஜலிக்கவும்.
4. வெண்ணெயில் சிறிது சிறிதாக சர்க்கரையை சேர்த்து நன்கு கிரீம் ஆகும் வரை கடையவும்.
5. அதில் மாவுக் கலவையை சிறிது சிறிதாக சேர்த்து சப்பாத்தி மாவு பிசைவது போல நன்றாக பிசையவும்.
6. பிசைந்த மாவை சப்பாத்தி போல தேய்த்து பிஸ்கட் அச்சினால் சிறு சிறு துண்டுகளாக வெட்டி எடுக்கவும்.
7. அந்த துண்டுகளை வெண்ணெய் தடவிய ஒரு டிரேயில் 4 அங்குல இடைவெளியில் அடுக்கவும்.
8. 10 நிமிடம் Preheat செய்த ஓவனில் 140 டிகிரி செல்சியஸில் 30 நிமிடம் அல்லது வேகும் வரை வைத்து எடுக்கவும்.

◇◇◇◇◇◇◇◇◇◇◇◇◇◇◇◇◇◇◇◇◇◇◇◇◇◇◇◇◇◇◇◇◇◇◇◇

முருங்கைக்கீரை சத்துமாவு மிக்ஸ்

தேவையான பொருட்கள்

முருங்கைக்கீரைப் பொடி	- 10 கிராம்
கம்பு	- 150 கிராம்
கொள்ளு	- 100 கிராம்
பொரிகடலை	- 75 கிராம்
சர்க்கரைப் பொடி	- 100 கிராம்
கொழுப்பு நீக்கிய பால் பவுடர்	- 50 கிராம்

செய்முறை

1. கம்பு, கொள்ளு, பொரிகடலை ஆகியவற்றை தனித்தனியாக வறுத்து மாவாக அரைக்கவும். அவை மாவுகளாக வாங்கி இருப்பின் அவற்றை சிறிது தணலில் வாட்டவும்.
2. அரைத்த மாவுகளை ஒன்றாகச் சேர்த்து 3, 4 தடவைகள் நன்கு கலக்கவும்.
3. அந்த மாவுக் கலவையில் முருங்கைக் கீரைப் பொடி, சர்க்கரைப் பொடி பால் பவுடர் சேர்த்து நன்கு கலக்கும்படி 5, 6 தடவைகள் ஜலித்து எடுத்து, காற்று புகாத கண்ணாடி ஜாடியில் அடைத்து வைத்து பல நாட்கள் வைத்திருக்கலாம்.
4. தேவைப்படும் போது தேவையான அளவு எண்ணெய் அல்லது நெய்யுடன் சேர்த்து உருண்டையாகப் பிடிக்கலாம்.
5. அல்லது தேவையான அளவு தண்ணீர் அல்லது பால் சேர்த்து, சூடுபடுத்தி இனிப்புப் கஞ்சியாக சாப்பிடலாம்.

◇◇◇◇◇◇◇◇◇◇◇◇◇◇◇◇◇◇◇◇◇◇◇◇◇◇◇◇◇◇◇◇◇◇◇◇

முருங்கைக்கீரை அடை மிக்ஸ்

தேவையான பொருட்கள்

முருங்கைக் கீரைப் பொடி	- 15 கிராம்
புழுங்கல் அரிசி	- 250 கிராம்
துவரம்பருப்பு	- 100 கிராம்
கடலைப்பருப்பு	- 100 கிராம்
பாசிப்பருப்பு	- 75 கிராம்
உளுத்தம்பருப்பு	- 75 கிராம்
காய்ந்த மிளகாய்	- 60 கிராம்
சோம்பு	- 5 கிராம்
பெருங்காயத்தூள்	- 5 கிராம்
உப்பு	- 10 கிராம்

செய்முறை

1. புழுங்கல் அரிசி, துவரம்பருப்பு, கடலைப்பருப்பு, பாசிப்பருப்பு, உளுத்தம்பருப்பு, காய்ந்த மிளகாய் ஆகியவற்றை தனித் தனியாக லேசாக வறுத்து, ஒன்றாக சேர்த்து மிக்சியில் போட்டு நன்றாக பொடியாக அரைக்கவும்.
2. இக்கலவையில் முருங்கைக்கீரைப் பொடி, சோம்பு, பெருங்காயத்தூள், உப்பு ஆகியவற்றைக் கலந்து நன்றாக கலக்கும்படி மிக்சியில் ஒரு சில சுற்றுக்கள் சுற்றி எடுத்து காற்று புகா வண்ணம் பத்திரப்படுத்தவும்.
3. தேவைப்படும் போது தேவையான அளவு தண்ணீர் கலந்து பிசைந்து மாவாக்கி தவாவில் சுட்டு எடுக்கவும்.

முருங்கைக்கீரை சிறுதானிய நூடுல்ஸ்

தேவையான பொருட்கள்

முருங்கைக் கீரைப் பொடி	- 5 கிராம்
கம்பு (அ) சோளம் (அ) கேழ்வரகு மாவு	- 250 கிராம்
கோதுமை மாவு	- 250 கிராம்
உப்பு	- 10 கிராம்
தண்ணீர்	- 150 மி.லி.

செய்முறை

1. முருங்கைக்கீரைப் பொடியை சிறுதானிய மாவு மற்றும் கோதுமை மாவுடன் 5, 6 முறைகள் ஜலித்து நன்கு கலக்கவும்.
2. இந்த மாவை இட்லி பாத்திரத்தில் வைத்து அரை வேக்காடாக வேகவைக்கவும்.
3. வேகவைத்த மாவுடன் தண்ணீர் மற்றும் உப்பு சேர்த்து நன்கு பிசையவும்.

4. பிசைந்த மாவை சேமியா பிழியும் குழலில் நூடுல்ஸ் அச்சில் இட்டு எடுக்க வேண்டும்.
5. அதை ஆவியில் வேக வைத்து வெயிலில் அல்லது மின் உலர்பானில் உலர்த்தி காற்று புகாத வண்ணம் கண்ணாடி பாட்டிலில் அடைத்து வைத்து நீண்ட நாட்கள் வைத்திருந்து உபயோகப்படுத்தலாம்.

◇◇

முருங்கைக்கீரை போண்டா

தேவையான பொருட்கள்

முருங்கைக்கீரை	- 1 கப்
கடலைமாவு	- 1 கப்
பச்சை மிளகாய்	- 3
மிளகுப் பொடி	- தேவையான அளவு
பெருங்காயத்தூள்	- தேவையான அளவு
கறிவேப்பிலை	- தேவையான அளவு
கொத்தமல்லித் தழை	- தேவையான அளவு
எண்ணெய்	- தேவையான அளவு
உப்பு	- தேவையான அளவு
தண்ணீர்	- தேவையான அளவு

செய்முறை

1. கறிவேப்பிலை, கொத்தமல்லித் தழை, பச்சை மிளகாய் ஆகியவற்றை பொடியாக அரிந்து வைத்துக் கொள்ளவும்.
2. கடலைமாவுடன் பச்சை மிளகாய், மிளகுப் பொடி, பெருங்காயம், கறிவேப்பிலை, கொத்தமல்லித் தழை உப்பு ஆகியவற்றைப் போட்டு தண்ணீர் விட்டு நன்றாகப் பிசையவும்.
3. பிறகு அவற்றுடன் முருங்கைக்கீரையையும் சேர்த்து நன்றாக பிசையவும்.
4. ஒரு வாணலியில் எண்ணெய் ஊற்றி காய்ந்ததும் அதில் பிசைந்து வைத்த மாவை சிறு சிறு உருண்டைகளாக உருட்டிப் போட்டு வேகவைத்து எடுக்கவும்.

◇◇

முருங்கைக்கீரை புட்டு

தேவையான பொருட்கள்

முருங்கைக்கீரை	- 1 கட்டு
பெரிய வெங்காயம்	- 1
துவரம்பருப்பு	- 250 கிராம்
காய்ந்த மிளகாய்	- 10
இஞ்சி	- சிறிய துண்டு

பூண்டு (சிறியது) - 1
எண்ணெய் - 100 மி.லி.
உப்பு - தேவையான அளவு

செய்முறை

1. *கீரையை ஆய்ந்து கழுவி வைக்கவும்.*
2. *வெங்காயத்தை பொடியாக நறுக்கவும்.*
3. *துவரம் பருப்பை ஊற வைத்து அத்துடன் உப்பு, மிளகாய், இஞ்சி, பூண்டு சேர்த்து கெட்டியாக அரைக்கவும்.*
4. *ஒரு வாணலியில் எண்ணெய் ஐம்பது மி.லி. விட்டு காய்ந்த பின் வெங்காயம் போட்டு வதக்கவும்.*
5. *வெங்காயம் நன்கு வதங்கிய பின் அதில் கீரையைப் போட்டு வதக்கவும்.*
6. *கீரை நன்கு வதங்கிய பின் அதில் அரைத்து வைத்துள்ள பருப்பை போட்டு வதக்கவும்.*
7. *பிறகு இரண்டு நிமிடம் மூடி வைக்கவும்.*
8. *பிறகு திறந்து பார்த்து அடி பிடிக்காமல் இருக்க அடிக்கடி கிளறி விடவும்.*
9. *மீதம் உள்ள ஐம்பது மி.லி. எண்ணெயை இடையிடையே சுற்றியும் ஊற்றிக் கிளறவும்.*
10. *ரொம்பவும் மொறுமொறுப்பாக்கி விடாமல் மென்மையான பதத்தில் இருக்கும்போதே இறக்கி விடவும்.*
11. *இந்தப் புட்டு, சாம்பார், ரசம், தயிர் சாதத்திற்கு நன்றாக இருக்கும்.*

முருங்கைக்கீரை ஆம்லெட் - 1

தேவையான பொருட்கள்

முருங்கைக்கீரை - ஒரு கப்
முட்டை - மூன்று
வெங்காயம் - ஒன்று
உப்பு - தேவையான அளவு
எண்ணெய் - தேவையான அளவு

அரைக்க

தேங்காய் துருவல் - ஒரு தேக்கரண்டி
பச்சை மிளகாய் - ஒன்று
கறிவேப்பிலை - ஒரு இணுக்கு
மல்லித்தழை - சிறிது (கறிவேப்பிலை அளவு)
சீரகம் - கால் தேக்கரண்டி

செய்முறை

1. வெங்காயத்தை பொடியாக நறுக்கிக் கொள்ளவும்.
2. அரைக்கக் கொடுத்திருப்பவைகளை கொரகொரப்பாக அரைத்துக் கொள்ளவும்.
3. ஒரு வாணலியில் தேவையான அளவு எண்ணெய் ஊற்றி காய்ந்ததும், வெங்காயம் சேர்த்து மிதமான தீயில் இரண்டு நிமிடங்கள் வதக்கவும்.
4. பிறகு அதனுடன் முருங்கைக்கீரையைச் சேர்த்து மேலும் மூன்று நிமிடங்கள் வதக்கவும்.
5. ஒரு அகன்ற பாத்திரத்தில் முட்டையை உடைத்து ஊற்றி, அதனுடன் வதக்கி வைத்தவற்றையும், அரைத்த கலவையையும் சேர்த்து கலக்கவும்.
6. இதனுடன் உப்பு சேர்த்து நன்கு நுரை பொங்க அடிக்கவும்.
7. தோசைக்கல்லை அடுப்பில் வைத்து கொஞ்சம் எண்ணெய் ஊற்றி சூடேறியதும் ஆம்லெட் ஊற்றி தேவையான பதத்தில் வேகவைக்கவும்.

முருங்கைக்கீரை ஆம்லெட் - 2

தேவையான பொருட்கள்

முருங்கைக் கீரை	- தேவையான அளவு
முட்டை	- தேவையான எண்ணிக்கை
மிளகுத்தூள்	- தேவையான அளவு
உப்பு	- தேவையான அளவு
எண்ணெய்	- சிறிதளவு

செய்முறை

1. முருங்கைக்கீரையை மிகப் பொடியாக நறுக்கிக் கொள்ளவும்.
2. ஒரு பாத்திரத்தில் முட்டைகளை ஊற்றி நன்கு அடித்துக் கொள்ளவும்.
3. நறுக்கிய முருங்கைக்கீரையை முட்டையுடன் சேர்த்து நன்கு கலக்கவும்.
4. தோசைக்கல்லை அடுப்பில் வைத்து கொஞ்சம் எண்ணெய் ஊற்றி சூடேறியதும் பெரிய ஆம்லெட் ஊற்றி அதன் மீது உப்பும் மிளகுத்தூளும் கலந்து தூவி தேவையான பதத்தில் வேகவைக்கவும்.
5. பிறகு ஆம்லெட்டை தேவையான அளவில் துண்டுகளாக்கவும்.

முருங்கைக்கீரை சப்பாத்தி

தேவையான பொருட்கள்

முருங்கைக்கீரை - 1 கப் (பொடியாக நறுக்கியது)
கோதுமை மாவு - 2 கப்
மிளகாய்த்தூள் - 1 தேக்கரண்டி
சாட் மசாலாதூள் - 1/2 தேக்கரண்டி
எண்ணெய் - தேவையான அளவு
உப்பு - தேவையான அளவு

செய்முறை

1. எல்லாவற்றையும் தேவையான அளவு தண்ணீர் விட்டுப் பிசைந்து கொள்ளவும்.
2. பிசைந்த சப்பாத்தி மாவை சிறிது நேரம் கழித்து எடுத்து சப்பாத்திகளாக இடவும்.
3. இவற்றை ஒரு தோசைக்கல்லில் சிறிது எண்ணெய் விட்டு இரு பக்கமும் வேகவைத்து எடுக்கவும்.

முருங்கைக்கீரை பரோட்டா

தேவையான பொருட்கள்

முருங்கைக்கீரை - ஒரு கப் (பொடியாக நறுக்கிக் கொள்ளவும்)
கோதுமை மாவு - மூன்று கப்
கடலை மாவு - ஒரு கப்
தயிர் - இரண்டு மேசைக்கரண்டி
பச்சை மிளகாய் - 2 (பொடியாக நறுக்கிக் கொள்ளவும்)
கரம் மசாலா - இரண்டு தேக்கரண்டி
மிளகாய்த்தூள் - இரண்டு தேக்கரண்டி
எள் - இரண்டு தேக்கரண்டி
மஞ்சள் தூள் - ஒரு தேக்கரண்டி
ஓமம் - ஒரு தேக்கரண்டி
இஞ்சி விழுது - ஒரு தேக்கரண்டி
பூண்டு விழுது - ஒரு தேக்கரண்டி
சீரகம் - ஒரு தேக்கரண்டி
தனியாதூள் - ஒரு தேக்கரண்டி
கொத்தமல்லித்தழை - ஒரு கைப்பிடி (பொடியாக நறுக்கிக் கொள்ளவும்)
எண்ணெய் - இரண்டு மேசைக்கரண்டி (மாவு பிசைய)
எண்ணெய் - தேவையான அளவு (கல்லில் தடவ)
உப்பு - தேவையான அளவு

செய்முறை

1. முதலில் கோதுமை மாவு, கடலை மாவு, இஞ்சி மற்றும் பூண்டு விழுது, தயிர் ஆகியவற்றுடன் உப்பு சேர்த்து நன்கு பிரட்டிக் கொள்ளவும்.
2. இதனுடன் ஓமம், சீரகம், மஞ்சள்தூள், கரம் மசாலா, மிளகாய்த்தூள், தனியாத்தூள், பச்சை மிளகாய், எள், கொத்தமல்லித்தழை, அரிந்து வைத்துள்ள முருங்கைக்கீரை ஆகியவற்றை சேர்த்து நன்கு பிரட்டிக் கொள்ளவும்.
3. இதனுடன் சிறிது சிறிதாக எண்ணெய் சேர்த்து மாவை நன்கு பிசைந்து கொள்ளவும்.
4. இந்த மாவுடன் அரிந்து வைத்துள்ள முருங்கைக்கீரையை சேர்த்து நன்கு பிசைந்து கொள்ளவும்.
5. இதை அரை மணி நேரம் ஒரு ஈரத்துணியில் மூடி தனியாக வைக்கவும்.
6. பிறகு இந்த மாவை சிறு சிறு உருண்டைகளாகப் பிடித்துக் கொள்ளவும்.
7. இந்த உருண்டைகளை பரோட்டாவாகத் தட்டி, உருட்டி, எண்ணெய் தடவிய கல்லில் போட்டு, இரண்டு பக்கமும் வேகவைத்து எடுக்கவும்.

முருங்கைக்கீரை பூரி

தேவையான பொருட்கள்

முருங்கைக்கீரை	- ஒரு கைப்பிடி
கோதுமை மாவு	- இரண்டு கப்
கடலை எண்ணெய்	- ஒரு மேசைக்கரண்டி (மாவு பிசைய)
வெள்ளை ரவை	- 2 மேசைக்கரண்டி
எண்ணெய் (பொரிக்க)	- தேவையான அளவு
உப்பு	- தேவையான அளவு

செய்முறை

1. ஒரு வாயகன்ற பாத்திரத்தில் கோதுமை மாவு, ரவை, உப்பு, சுத்தம் செய்த முருங்கைக்கீரை, ஒரு மேசைக்கரண்டி கடலை எண்ணெய் ஊற்றி எல்லாவற்றையும் சேர்த்து தேவையான அளவு தண்ணீர் ஊற்றி நன்கு பிசையவும்.
2. சப்பாத்திக்கு பிசைவது போல் மிகவும் இளக்கமாக இல்லாமல், சிறிது கெட்டியாக பிசையவும்.
3. பிறகு இட்லி துணியை நனைத்து பிசைந்த மாவினை அரை மணி நேரம் மூடி வைக்கவும்.

4. பிறகு மாவை எடுத்து சிறு சிறு உருண்டைகளாக உருட்டி வைக்கவும்.
5. உருண்டைகளை பூரி பிரஸ்ஸில் வைத்து ஒரு முறை மட்டுமே அழுத்தி எடுக்கவும்.
6. பிறகு ஒரு வாணலியில் தேவையான அளவு எண்ணெய் ஊற்றி காய்ந்ததும் அதில் பூரிகளை ஒவ்வொன்றாக போட்டு பொரித்து எடுக்கவும்.

முருங்கைக்கீரை இட்லி - 1

தேவையான பொருட்கள்

முருங்கைக்கீரை	- இரண்டரை கப்
அரிசி	- ஒன்றரை கப்
தேங்காய் துருவல்	- கால் கப்
வறுத்த காய்ந்த மிளகாய்	- ஆறு
புளி	- நெல்லிக்காய் அளவு
உப்பு	- தேவையான அளவு
தண்ணீர்	- தேவையான அளவு

செய்முறை

1. அரிசியை ஒரு பாத்திரத்தில் தேவையான அளவு தண்ணீர் ஊற்றி இரண்டு மணி நேரம் ஊற வைக்கவும்.
2. முருங்கைக்கீரையை தோராயமாக கத்தியால் வெட்டி தனியாக வைக்கவும்.
3. கிரைண்டரில் தேங்காய் துருவல், வறுத்த காய்ந்த மிளகாய், கொஞ்சம் தண்ணீரில் கரைத்த புளி ஆகியவற்றைப் போட்டு அரைத்துக் கொள்ளவும்.
4. இதனுடன் ஊறவைத்த அரிசியை (தண்ணீர் இல்லாமல்) போட்டு ரவா பதத்திற்கு அரைக்கவும். தேவை எனில் சிறிது தண்ணீர் தெளிக்கலாம். ஆனால் தண்ணீர் குறைவாக, மாவு கெட்டி பதத்தில் இருக்க வேண்டும்.
5. இந்த மாவை ஒரு பாத்திரத்தில் எடுத்துக் கொண்டு அதனுடன் முருங்கைக்கீரையையும் உப்பையும் சேர்த்து நன்கு கலந்து கொள்ளவும்.
6. இட்லி பாத்திரத்தில் இட்லி குழிகளில் எண்ணெய் தடவி அவற்றில் பாதி அளவு இருக்கும்படி இந்த மாவை ஊற்றி, இருபதில் இருந்து இருபத்தைந்து நிமிடங்கள் ஆவியில் வேக வைக்கவும்.

7. பிறகு இட்லி தட்டுகளை கீழே இறக்கி ஐந்து நிமிடங்கள் ஆற விட்டு பிறகு இட்லிகளை பெயர்த்தெடுக்கவும்.

பின் குறிப்பு

இட்லி தட்டுகளுக்கு பதில் வாழை இலைகளையும் பயன்படுத்தி கீழ்க்கண்டவாறு இட்லி தயாரிக்கலாம்.

1. வாழை இலையை செவ்வக அல்லது சதுர வடிவத்தில் தேவையான அளவில் வெட்டிக்கொள்ள வேண்டும்.
2. அவற்றை கழுவி ஈரம் போக துடைக்க வேண்டும்.
3. அவற்றில் எண்ணெய் தடவி ஒவ்வெரு வாழை இலையிலும் கொஞ்சம் மாவை ஊற்றி முதலில் நீளவாட்டில் மடிக்கவும். பிறகு அந்த மடிப்பின் மேல் மீதி இரு முனைகளையும் பாக்கெட் போல மடித்துக் கொள்ளவும்.
4. ஒரு இட்லி பாத்திரத்தில் இந்தப் பாக்கெட்டுகளை ஒன்றன் மேல் ஒன்றாக அடுக்கி வைக்கவும்.
5. பிறகு இதை இருபதில் இருந்து இருபத்தைந்து நிமிடங்கள் ஆவியில் வேக வைத்து எடுக்கவும்.

முருங்கைக்கீரை இட்லி - 2

தேவையான பொருட்கள்

முருங்கைக்கீரை	- 1 கப்
இட்லி மாவு	- 1 பவல் (5 இட்லிக்குத் தேவையான அளவு)
சமையல் எண்ணெய்	- 2 மேசைக்கரண்டி
உப்பு	- தேவையான அளவு

செய்முறை

1. ஒரு வாணலியில் எண்ணெய் ஊற்றி சூடானதும் அதில் முருங்கைக் கீரையைப் போட்டு 5 நிமிடங்கள் சிறு தீயில் நன்கு வதக்கவும் (முருங்கைக்கீரை 1/4 கப் அளவுக்கு வரும்).
2. பிறகு அதில் உப்பு போட்டு நன்கு கலக்கவும்.
3. பிறகு அடுப்பில் இருந்து இறக்கி ஆறியதும் அதை ஒரு மிக்சியில் நைசாகும் வரை அரைக்கவும்.
4. அரைத்த விழுதை இட்லி மாவில் சேர்த்து நன்கு கலக்கி, பத்து நிமிடங்கள் எடுத்து வைக்கவும்.
5. பிறகு எண்ணெய் தடவிய இட்லி குழிகளில் பாதி அளவு மாவை ஊற்றி, கொதிக்கும் இட்லி பாத்திரத்தில் மாவு ஊற்றிய தட்டை வைத்து பத்து நிமிடங்கள் (அல்லது இட்லி வேகும் வரை) மிதமான தீயில் வேகவைத்து இறக்கவும்.

முருங்கைக்கீரை குழிப்பணியாரம்

தேவையான பொருட்கள்

முருங்கைக்கீரை	- 1 கப்
இட்லி மாவு	- 2 கப்
முந்திரித்துண்டுகள்	- 2 தேக்கரண்டி
ரஸ்க்குத்தூள்	- 2 தேக்கரண்டி
கடுகு	- 1 தேக்கரண்டி
உளுந்து	- 1 தேக்கரண்டி
கடலைப்பருப்பு	- 1 தேக்கரண்டி
மிளகாய்த்தூள்	- 2 தேக்கரண்டி
பெருங்காயம்	- 1 சிட்டிகை
கறிவேப்பிலை	- 1 கொத்து
எண்ணெய்	- தேவையான அளவு
உப்பு	- தேவையான அளவு

செய்முறை

1. வாணலியில் 2 தேக்கரண்டி எண்ணெய் ஊற்றி சூடானதும் கடுகு, கறிவேப்பிலை, பெருங்காயம் சேர்த்து தாளிக்கவும்.
2. அதில் முந்திரி, உளுந்து, கடலைப்பருப்பு சேர்த்து பொன்னிறமாக வறுக்கவும்.
3. நறுக்கிய முருங்கைக்கீரையை சேர்த்து வதக்கி, பின் மிளகாய்த்தூள், ரஸ்க்தூள் சேர்த்து மீண்டும் வதக்கி, அதில் சிறிதளவு உப்பு சேர்த்து கிண்டி இறக்கி ஆற வைக்கவும்.
4. இந்த கலவை நன்கு ஆறியதும் இதை இட்லி மாவில் நன்றாக கலக்கவும்.
5. பணியாரக்கல்லை அடுப்பில் வைத்துக் காய்ந்ததும் குழிகளில் எண்ணெய் ஊற்றி, கரைத்து வைத்திருக்கும் மாவை அதில் ஊற்றவும்.
6. ஒருபுறம் வெந்ததும் மறுபுறம் திருப்பிப் போட்டு வேகவிட்டு எடுக்கவும்.

முருங்கைக்கீரை கொழுக்கட்டை

தேவையான பொருட்கள்

முருங்கைக்கீரை	- 3/4 கப்
வறுத்த கேழ்வரகு மாவு	- 1 கப்
ஊறிய பாசிப் பருப்பு	- 1/4 கப்
தண்ணீர்	- 1 கப்
உப்பு	- தேவையான அளவு

தாளிக்க

கடுகு	- 1 தேக்கரண்டி
உளுந்து	- 1 தேக்கரண்டி
ஊறவைத்த கடலைப் பருப்பு	- 1 தேக்கரண்டி
வேர்க்கடலை	- 1 மேசைக்கரண்டி
மிளகாய் வற்றல்	- 1
பெருங்காயத்தூள்	- 1/4 தேக்கரண்டி
எண்ணெய்	- 1 மேசைக்கரண்டி
கறிவேப்பிலை	- சிறிதளவு

செய்முறை

1. வாணலியை அடுப்பில் வைத்து எண்ணெய் ஊற்றி சூடானதும் கடுகைப் போடவும்.
2. கடுகு வெடித்தவுடன் உளுந்து, கடலைப் பருப்பு, வேர்க்கடலை, கிள்ளிய மிளகாய் வற்றல், கறிவேப்பிலை, பெருங்காயத்தூள் என்று அதே வரிசையில் சேர்க்கவும்.
3. முருங்கைக்கீரையை தண்ணீரில் நன்கு அலசிப் பிழிந்து அதில் சேர்த்து வதக்கவும்.
4. ஒரு நிமிடம் வதக்கியதும் ஊற வைத்திருக்கும் பாசிப் பருப்பைச் சேர்த்து கிளறவும்.
5. பிறகு தண்ணீர், உப்பு ஆகியவற்றை சேர்த்து கலக்கவும்.
6. கொதி வரும்போது கேழ்வரகு மாவைச் சேர்த்துக் கிளறவும்.
7. ஐந்து நிமிடங்கள் கழித்து அடுப்பை அணைத்து விடவும்.
8. தேங்காய் துருவலைச் சேர்த்துக் கிளறி மூடி வைக்கவும்.
9. பத்து நிமிடங்கள் கழித்து மாவை ஒரு தாம்பாளத்தில் கொட்டி, ஆறியதும் கட்டிகள் இல்லாமல் பிசையவும்.
10. பிறகு இதை கொழுக்கட்டைகளாகப் பிடித்து இட்லித் தட்டில் வைக்கவும்.
11. இதைப் பத்து நிமிடங்கள் ஆவியில் வேகவைத்து எடுத்தால் கொழுக்கட்டை தயார்.

முருங்கைக்கீரை உருண்டை

தேவையான பொருட்கள்

முருங்கைக்கீரை	- 1 கப்
வேர்க்கடலை	- 1/2 கப்
பாதாம்	- 4
கடலைமாவு	- 1 கப்
தண்ணீர்	- 1 கப்

சீரகப்பொடி	- 1/2 தேக்கரண்டி
கரம் மசாலா	- 1/2 தேக்கரண்டி
மிளகுத்தூள்	- 1/2 தேக்கரண்டி
பச்சை மிளகாய்	- 1
பூண்டு	- 5 பல்
இஞ்சி	- 1 துண்டு
சோளமாவு	- 2 தேக்கரண்டி
மைதா மாவு	- 1/2 தேக்கரண்டி
அரிசி மாவு	- 1/2 தேக்கரண்டி
சீரகம்	- 1 தேக்கரண்டி
பிரட் தூள்	- தேவையான அளவு
உப்பு	- தேவையான அளவு
எண்ணெய்	- தேவையான அளவு

செய்முறை

1. வேர்க்கடலை மற்றும் பாதாமை மிக்சியில் அரைத்து வைக்கவும்.
2. பிறகு மிளகாய், இஞ்சி மற்றும் பூண்டு சேர்த்து உரலில் இடித்து வைக்கவும்.
3. ஒரு பாத்திரத்தில் கடலைமாவு, கரம் மசாலா, அரைத்து வைத்த வேர்க்கடலை, சீரகத்தூள், மிளகுத்தூள், உப்பு சேர்த்து நன்கு கலந்து, தண்ணீர் சேர்த்து மீண்டும் நன்கு கலந்து வைக்கவும்.
4. ஒரு வாணலியில் 3 மேசைக்கரண்டி எண்ணெய் ஊற்றி அதில் சீரகம், அரைத்த விழுது மற்றும் முருங்கைக்கீரை சேர்த்து நன்கு வதக்கவும்.
5. பிறகு கலந்து வைத்த மாவை அதில் சேர்த்து மிதமான தீயில் நன்கு கிளறவும்.
7. இது உருண்டை பிடிக்கும் பதத்திற்கு வந்ததும், இதை இறக்கி வைத்து விட்டு, ஆறியதும் உருண்டைகளாக உருட்டி வைக்கவும்.
8. ஒரு அகலமான பாத்திரத்தில் மைதாமாவு, சோளமாவு, அரிசிமாவு, உப்பு மற்றும் தண்ணீர் சேர்த்து நன்கு கலந்து வைக்கவும்.
9. பிறகு உருண்டைகளாக உருட்டி வைத்ததை இதில் பிரட்டி எடுத்து, பின் அதை பிரட்தூளில் பிரட்டி எண்ணெயில் பொரித்து எடுக்கவும்.
10. சுவையான முருங்கைக்கீரை உருண்டை தயார்

முருங்கைக்கீரை பொங்கல்

தேவையான பொருட்கள்

முருங்கைக்கீரை	- 100 கிராம் (பொடியாக நறுக்கியது)
அரிசி	- 200 கிராம்
பச்சைப்பயறு (வறுத்தது)	- 100 கிராம்
எண்ணெய்	- 20 மி.லி.
தண்ணீர்	- தேவையான அளவு
உப்பு	- தேவையான அளவு

செய்முறை

1. அரிசியையும் பருப்பையும் கொஞ்ச நேரம் தண்ணீரில் ஊற வைக்கவும்.
2. ஊற வைத்த அதே தண்ணீரில் அரிசியையும் பருப்பையும் உப்பு சேர்த்து வேக வைக்கவும்.
3. கீரையை தண்ணீரில் நன்கு வேக வைக்கவும். நன்கு வெந்த பிறகு கீரையை மசித்துக் கொள்ளவும்.
4. இந்த மசித்த கீரையை வடிகட்டி வெந்த அரிசி பருப்புடன் சேர்த்து கலந்த பின் எண்ணெய் சேர்த்து நன்கு கலக்கி அடுப்பிலிருந்து இறக்கி பரிமாறவும்.
5. இந்த பொங்கலை குழந்தைகளுக்கும், உடல் சுகவீனம் உள்ளவர்களுக்கும் தரலாம்.

முருங்கைக்கீரை அப்பளம்

தேவையான பொருட்கள்

முருங்கைக்கீரை	- 50 கிராம்
தண்ணீர்	- 1/2 லிட்டர்
அரிசி மாவு	- 250 கிராம்
சீரகம்	- 1 தேக்கரண்டி
மிளகாய்த்தூள்	- 1 தேக்கரண்டி
உப்பு	- தேவையான அளவு

செய்முறை

1. கீரையை சிறிதளவு தண்ணீர் விட்டு மிக்சியில், இட்லி மாவு பதத்தில் அரைத்து தனியாக வைக்கவும்.
2. ஒரு பாத்திரத்தில் தண்ணீரை கொதிக்க விட்டு, அதில் அரிசி மாவைக் கலந்து கட்டியாகாமல் கிளறவும்.
3. மிதமான தீயில், கீரை பேஸ்ட்டை அடுப்பில் இருக்கும் அரிசி மாவுடன் கலக்கவும்.
4. கொஞ்சம் கெட்டியானதும், அதில் சீரகம், மிளகாய்த்தூள், உப்பு சேர்த்து நன்றாகக் கலக்கவும்.

5. முறுக்கு அச்சில் இந்த மாவைப் போட்டு ஒரு பிளாஸ்டிக் தாளில் பிழிந்து வெயிலில் நன்கு காயவிடவும்.

பின் குறிப்பு

புதிய முருங்கைக்கீரைக்கு பதிலாக, 6 நாட்கள் நிழலில் (மொறு மொறு பதம் வரை) நன்கு காயவைத்து பின் பொடியாக்கிய முருங்கைக்கீரை 20 கிராம் அளவு சேர்த்தும் இதைச் செய்யலாம்.

முருங்கைக்கீரை தேநீர்

தேவையான பொருட்கள்

முருங்கைக் கீரை	- 2 கைப்பிடி
இஞ்சி	- 1 துண்டு
ஏலக்காய்	- 2
பனைவெல்லம்	- தேவைக்கேற்ப
தண்ணீர்	- 3 டம்ளர்

செய்முறை

1. தேநீர் போடும் பாத்திரத்தில் 3 டம்ளர் தண்ணீரும், நசுக்கிய இஞ்சி துண்டையும், ஏலக்காயையும் போட்டு கொதிக்க விடவும்.
2. பிறகு அதில் கழுவி வைத்துள்ள முருங்கைக் கீரையையும், இடித்த பனைவெல்லத்தையும் போட்டு 5 நிமிடம் கொதிக்க வைக்கவும்.
3. நன்கு கொதித்ததும் கீரையை வடிகட்டி விட்டு தேநீரை தனியாக வடிக்கவும்.

முருங்கைக்கீரை நீர்மோர் ஐஸ் பாப்

தேவையான பொருட்கள்

முருங்கைக் கீரை	- அரை கப்
இஞ்சி	- சிறு துண்டு
கொத்தமல்லித்தழை	- ஒரு கையளவு
சீரகம்	- ஒரு தேக்கரண்டி
எலுமிச்சம் பழச்சாறு	- இரண்டு தேக்கரண்டி
யோக்கர்ட்	- அரை கப்
உப்பு	- ஒரு தேக்கரண்டி
தண்ணீர்	- தேவையான அளவு

செய்முறை

1. முருங்கைக்கீரையை அரை மணி நேரம் தேவையான அளவு கொதித் தண்ணீரில் ஊற வைக்கவும்.

2. பிறகு முருங்கைக்கீரையை வடிக்கட்டி எடுக்கவும்.
3. வடிக்கட்டிய தண்ணீரை தனியாக எடுத்து வைக்கவும்.
4. முருங்கைக்கீரை, இஞ்சி, கொத்தமல்லித்தழை, சீரகம், உப்பு ஆகியவற்றை நன்றாக நசுக்கி பேஸ்ட் போல் ஆக்கவும்.
5. இந்த பேஸ்ட்டை வடிகட்டி வைத்துள்ள தண்ணீருடன் சேர்த்து நன்கு கலக்கவும்.
6. இதனுடன் யோக்கர்ட்டை சேர்த்து கலக்கவும்.
7. இந்தக் கலவையுடன் மேலும் தேவையான அளவு தண்ணீர் சேர்த்து மத்தால் கடையவும்.
8. பிறகு இதனுடன் எலுமிச்சம் பழச்சாற்றை சேர்த்து நன்கு கலக்கவும்.
9. இந்தக் கலவையை பாப்சிக்கிள் மோல்ட்களில் *(Popsicle mould)* அல்லது கண்ணாடி கப்களில் ஊற்றி பிரிட்ஜில் வைத்து ஐஸ்புரூட் ஆக்கவும்.

◇◇

முருங்கைக்கீரைப் பொடி பானம் (உடல் இளைக்க)

தேவையான பொருட்கள்

முருங்கை இலைப் பொடி	- 1 தேக்கரண்டி
இஞ்சி (துருவியது)	- 1/2 தேக்கரண்டி
எலுமிச்சம் பழச்சாறு	- 1/2 தேக்கரண்டி
இலவங்கப் பட்டைத் தூள்	- 1/4 தேக்கரண்டி
தேன்	- 1 மேசைக்கரண்டி
தண்ணீர்	- 3 டம்ளர்

செய்முறை

1. ஒரு பாத்திரத்தில் மூன்று டம்ளர் தண்ணீரை கொதிக்க வைக்கவும்.
2. பிறகு அடுப்பை அணைத்துவிட்டு அதில் இஞ்சி துருவல் போட்டு கலக்கவும்.
3. பிறகு அதில் முருங்கைக்கீரைப் பொடியைப் போட்டு கலக்கவும்.
4. அதன் பிறகு இலவங்கப் பட்டை பொடி போட்டு கலக்கவும்.
5. நன்கு கலக்கியதும் அதில் எலுமிச்சம் பழச் சாறை ஊற்றி கலக்கவும்.
6. நன்கு கலக்கிய பிறகு அதை மூன்று நிமிடங்கள் அப்படியே விட்டு விடவும்.
7. பிறகு அதை ஒரு வடிகட்டியில் வடிக்கவும்.
8. வடித்த பானத்தில் தேன் சேர்த்து கலக்கவும்.

9. தினசரி காலையில் வெறும் வயிற்றில் இந்த பானத்தை அருந்தி வர உடல் பருமன் குறையும்.

முருங்கைக்கீரைப் பொடி உபயோகம்

முருங்கைக்கீரையை 4 நாட்கள் நிழலில் உலர்த்தி மொறு மொறுவென்று ஆனதும், மிக்சியில் போட்டு அரைத்து கண்ணாடி பாட்டிலில் அடைத்து வைத்து தேவையான போது எடுத்து கீழ்க்கண்டவாறு பயன்படுத்தலாம்.

1. ஸ்மூத்தி (Smoothy) செய்முறை

   முருங்கைக்கீரைப் பொடி - 1 தேக்கரண்டி

   ஆப்பிள் பழம் - 1/2

   வாழைப்பழம் - 1 (தோல் உரித்தது)

   தயிர் - கொஞ்சம்

   தண்ணீர் - 1 டம்ளர்

   இவை அனைத்தையும் மிக்சியில் போட்டு சுற்றி எடுத்து அருந்தலாம்.
2. முருங்கைக்கீரைப் பொடியை, எந்த சாம்பார் அல்லது குழம்பு செய்தாலும் அது கொதித்து இறக்கும் தருவாயில் ஒரு தேக்கரண்டி (அல்லது குழம்பின் அளவுக்கு தகுந்தாற் போல் அதிகமாக) சேர்த்து கிண்டி பரிமாறினால் கூடுதல் சத்து கிடைப்பதுடன் வாசனை மற்றும் மணமும் நன்றாக இருக்கும்.
3. முருங்கைக் கீரைப் பொடியை, எந்த காய், கூட்டு அல்லது பொரியல் செய்தாலும் சமைத்து இறக்கும் தருவாயில் ஒரு தேக்கரண்டி (அல்லது அளவுக்கு தகுந்தாற் போல் அதிகமாக) சேர்த்து கிண்டி பரிமாறினால் கூடுதல் சத்து கிடைப்பதுடன் வாசனை மற்றும் மணமும் நன்றாக இருக்கும்.
4. முருங்கைக்கீரைப் பொடியில் தேவையான அளவு தண்ணீர் ஊற்றி காய்ச்சி, அதில் சிறிதளவு உப்பு, சீரகம், வெங்காயம் போட்டு வேகவைத்து, ஆறிய பிறகு அதில் மோர் கலந்து குடிக்கலாம்.
5. முருங்கை இலைப் பொடியை சிறிது நெய் விட்டு வறுத்து மிளகுத்தூள் சேர்த்து சூடான சாதத்தில் பிசைந்து சாப்பிட்டாலும் சுவையாக இருக்கும்.

முருங்கை இலையின் மருத்துவ குணங்கள்

தேவையான பொருட்கள்

தசைப் பிடிப்புக்கு

முருங்கை இலை	- 1 கைப்பிடி
சுக்கு	- 1 துண்டு
கடுகு	- 1/2 தேக்கரண்டி
மஞ்சள்	- 1/2 தேக்கரண்டி
அரிசி மாவு	- 100 கிராம்

இவற்றை ஒன்றாகச் சேர்த்து நன்றாக அரைத்து பத்துப் போட்டால் தசைப் பிடிப்பு நீங்கும்.

முகப்பரு குணமாக

முருங்கை இலை	- ஒரு கை அளவு
மஞ்சள் பசை	- 1 தேக்கரண்டி
எலுமிச்சை சாறு	- ஐந்து துளிகள்

முருங்கை இலையுடன் சிறிது தண்ணீர் விட்டு அம்மியில் நன்கு அரைத்து ஒரு மேசைக்கரண்டி அளவுக்கு சாறு பிழிந்து கொள்ளவும். அந்த சாறுடன் மஞ்சள் பசையையும், எலுமிச்சை சாற்றையும் சேர்த்து நன்கு கலந்து முகத்தில் பூசி வர, முகப்பரு குணமாவதுடன் முகமும் பொலிவு பெறும்.

உயர் இரத்த அழுத்தத்திற்கு

முருங்கை இலையைச் சாறு எடுத்து, அத்துடன் கொஞ்சம் தேன், மிளகுத்தூள் இரண்டையும் சேர்த்து சாப்பிட்டு வந்தால் இரத்த அழுத்தம் சீராகும்.

குறை இரத்த அழுத்தத்திற்கு

முருங்கை இலை சூப் குடித்து வர குறை இரத்த அழுத்தம் சீராகும்.

நாள்பட்ட ஆஸ்துமா நோய்க்கு

1. தினசரி காலை ஆகாரத்திற்கு முன் வெறும் வயிற்றில், முப்பதில் இருந்து நாற்பது எண்ணிக்கை வரை முருங்கைக்கீரையை மென்று தின்றவுடன் ஒரு டம்ளர் (சுமார் 200 மி.லி.) தண்ணீரில் ஒரு தேக்கரண்டி எலுமிச்சை சாறு மற்றும் ஒரு தேக்கரண்டி தேன் கலந்து குடித்து வர நாள்பட்ட ஆஸ்துமா நோய்க்கு நல்ல முன்னேற்றம் கிடைக்கும்.
2. முருங்கை இலைச்சாறு எடுத்து கொதிக்க வைத்து, அதனுடன் மிளகு, எலுமிச்சைச் சாறு சேர்த்து பருகினால் ஆஸ்துமா மட்டுப்படும்.

மாதவிலக்கு ஒழுங்காக

முருங்கைக் கீரையுடன் மிளகு, பூண்டு, வெங்காயம் சேர்த்து சூப் செய்து 5 நாட்கள் சாப்பிட மாதவிலக்கு ஒழுங்காகும்.

பிரசவித்த தாய்க்கு பால் சுரப்பை அதிகரிக்க

முருங்கைக் கீரை சாற்றில் பசு நெய் கலந்து தர நன்கு பால் சுரக்கும்.

தலைவலிக்கு

தலைவலிக்கு முருங்கை இலை மற்றும் மிளகை சமமாக எடுத்து, சிறிது தண்ணீர் விட்டு அரைத்து சாறு எடுத்து வலி இருக்கும் இடத்தில் இதை பற்றாகப் போட்டால் தலைவலி தீரும்.

மூட்டுவலிக்கு

1. முருங்கையிலையை விளக்கெண்ணெய் விட்டு வதக்கி ஒத்தடம் தர மூட்டுவலி குறையும்.
2. முருங்கைக்கீரையை சிறிதளவு உப்பு சேர்த்து அவித்து 15 நாட்கள் தொடர்ந்து சாப்பிட்டு வர மூட்டுவலி குறையும்.

இருமல் மற்றும் குரல் கம்மல் நீங்க

முருங்கையிலை சாறுடன் சிறிது சுண்ணாம்பும், தேனும் கலந்து தொண்டைக்குழியில் தடவி வர இருமல் மற்றும் குரல் கம்மல் நீங்கும்.

முருங்கை இலைக் காம்பு

முருங்கை இலைகளை ஆய்ந்த பிறகு கிடைக்கும் காம்புகளை வெயிலில் நன்றாகக் காய வைத்து பொடியாக இடித்து தண்ணீரில் போட்டு காய்ச்சவும். பிறகு அதனுடன் கொஞ்சம் விளக்கெண்ணெய் விட்டு மறுபடியும் பாதியாகக் காய்ச்சவும். இந்தக் கஷாயத்தை தினசரி காலையில் வெறும் வயிற்றில் இரண்டு தேக்கரண்டி அளவு சாப்பிட்டு வர வாயுத் தொல்லை பிரச்சனைக் குறையும்.

உடல் வலிக்கு

முருங்கைக்கீரை மற்றும் கறிவேப்பிலை ஆகியவற்றின் நரம்புகளை மட்டும் தனியே எடுத்து மிக சிறுசிறு துண்டுகளாக வெட்டிக் கொள்ளவும். சீரகம் மற்றும் மிளகை ஒன்றாக ஒரு சிறு உரலில் போட்டு நன்கு இடித்துக் கொள்ளவும்.

பிறகு, முருங்கைக் கீரை மற்றும் கறிவேப்பிலை ஆகியவற்றின் நரம்புகளின் துண்டுகள், சீரகம் மற்றும் மிளகு இடித்து வைத்தது ஆகியவற்றை தேவையான அளவு தண்ணீர் சேர்த்து, ஒரு பாத்திரத்தில் கொதிக்க விடவும்.

தண்ணீரின் அளவு பாதியாகும் வரை கொதிக்க வைத்து இறக்கி குடிக்கவும்.

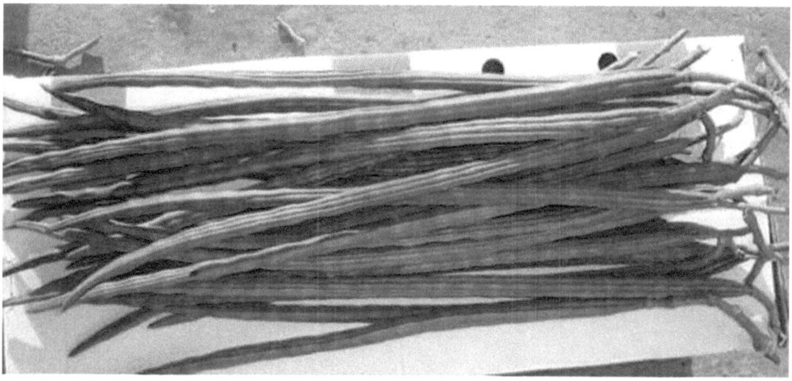

முருங்கைக்காய்

முருங்கைக்காய்

அனைத்து சைவ மற்றும் அசைவ குழம்புகள் அனைத்திலும் சேர்த்து சமைக்க உகந்த காய் முருங்கைக்காயாகும். முருங்கைக்காய் இவ்வுணவுகளின் சுவையை அதிகரிக்கச் செய்யும். மேலும் மலச்சிக்கல், மூல நோய், வயிற்றுப்புண் ஆகியவற்றை குணப்படுத்துவதுடன் தாம்பத்திய உறவை மேம்படுத்தும் தன்மை கொண்டது.

100 கிராம் முருங்கைக்காயில் உள்ள சத்துக்கள் :

புரதம்	- 2.5 கிராம்
சக்தி	- 26 கிலோ கலோரி
கொழுப்புச்சத்து	- 1 கிராம்
நார்ச்சத்து	- 4.8 கிராம்
சுண்ணாம்புச்சத்து	- 30 மி.கி.
பாஸ்பரஸ்	- 110 மி.கி.
இரும்புச்சத்து	- 1.18 மி.கி.
தையாமின்	- 0.05 மி.கி.
ரைபோபிளேவின்	- 0.07 மி.கி.
நியாசின்	- 0.2 மி.கி.
வைட்டமின் சி	- 120 மி.கி.
கரோட்டீன்	- 110 மை.கிராம்

முருங்கக்காய் சூப் - 1

தேவையான பொருட்கள்

முருங்கைக்காய்	- 4
தக்காளி	- 50 கிராம் (பொடியாக நறுக்கியது)
பயத்தம் பருப்பு	- 100 கிராம்
தேங்காய்	- 1 கீற்று
வெங்காயம் (பெரியது)	- 2 (பொடியாக நறுக்கியது)
பச்சைமிளகாய்	- 4
மிளகுத்தூள்	- 1 தேக்கரண்டி
இலவங்கப்பட்டை	- 1
நெய்	- 1 மேசைக் கரண்டி
உப்பு	- தேவையான அளவு
தண்ணீர்	- 2 லிட்டர்

செய்முறை

1. முருங்கைக்காய்களை விரல் நீள துண்டுகளாக நறுக்கிக் கொள்ளவும்.
2. தேங்காய், பச்சைமிளகாய், இலவங்கப்பட்டை ஆகியவற்றை விழுதாக அரைத்துக் கொள்ளவும்.
3. ஒரு பாத்திரத்தில் 2 லிட்டர் தண்ணீர் ஊற்றி பருப்பை வேகவைக்கவும்.
4. பருப்பு வெந்ததும், முருங்கைக்காய், தக்காளியைப் போடவும்.
5. எல்லாம் நன்கு வெந்து மென்மையானதும் அரைத்து வைத்துள்ள விழுதைப் போடவும்.
6. தண்ணீர் பாதியாக சுண்டியதும் இறக்கிவிடவும்.
7. வாணலியில் நெய் ஊற்றி காய்ந்ததும், வெங்காயம் சேர்த்து வதக்கவும்.
8. வதங்கிய வெங்காயத்தை, எடுத்து வைத்துள்ள சூப்பில் கொட்டி அடுப்பில் வைக்கவும். அதில் மிளகுத்தூள், உப்பு சேர்த்து ஒரு கொதி வரும் வரை அடுப்பில் வைத்திருந்து இறக்கவும்.

முருங்கைக்காய் சூப் - 2

தேவையான பொருட்கள்

முருங்கைக்காய்	- 4
வெங்காயம் (பெரியது)	- 2 (பொடியாக நறுக்கியது)
எலுமிச்சம் பழச்சாறு	- 1 தேக்கரண்டி
எண்ணெய்	- 2 மேசைக்கரண்டி
மிளகுத்தூள்	- தேவையான அளவு
புதினா இலை	- தேவையான அளவு
உப்பு	- தேவையான அளவு
தண்ணீர்	- 1 லிட்டர்

செய்முறை

1. முருங்கைக்காய்களை நீளவாக்கில் சிறுசிறு துண்டுகளாக நறுக்கிக் கொள்ளவும்.
2. வாணலியில் எண்ணெய் ஊற்றி காய்ந்ததும், வெங்காயம் சேர்த்து 2 நிமிடம் வதக்கவும்.
3. அத்துடன் தண்ணீரைச் சேர்த்து முருங்கைக்காய், எலுமிச்சம் பழச்சாறு, புதினா இலை போட்டு கொதிக்க வைக்கவும்.
4. காய் நன்றாக வெந்ததும், அதில் மிளகுத்தூள், உப்பு சேர்த்து 10 நிமிடம் கொதிக்க வைத்து இறக்கவும்.
5. பின் அதை வடிக்கட்டி பரிமாறவும்.

முருங்கைக்காய் சூப் - 3

தேவையான பொருட்கள்

முருங்கைக்காய்	- 1
துவரம்பருப்பு	- 50 கிராம்
புளி	- எலுமிச்சை பழ அளவு
மிளகாய் வற்றல்	- 7 (6+1)
நல்லெண்ணெய்	- 1 தேக்கரண்டி
கடுகு	- 1/4 தேக்கரண்டி
உளுத்தம்பருப்பு	- 1/2 தேக்கரண்டி
பெருங்காயம்	- பட்டாணி அளவு
கறிவேப்பிலை	- 1 ஈர்க்கு
உப்பு	- 2 1/2 தேக்கரண்டி
தண்ணீர்	- தேவையான அளவு

செய்முறை

1. முருங்கைக்காய்களை விரல் நீளத்தில் துண்டுகளாக நறுக்கிக் கொள்ளவும்.
2. பருப்பைத் தேவையான அளவு தண்ணீர் ஊற்றி வேகவைத்து, முக்கால் பதத்திற்கு வெந்ததும், முருங்கைக்காயை அதில் போட்டு காய் நன்கு வேகும் வரை அடுப்பில் வைக்கவும்.
3. பிறகு புளியைத் தண்ணீரில் கரைத்து, உப்பும், 6 மிளகாய் வற்றலும் கிள்ளிப் போட்டு, தனியாக கொதிக்க விடவும்.
4. புளித் தண்ணீர் 1/4 பாகமாக சுண்டியதும், பருப்பு நீரைப் புளி நீரில் கொட்டவும். நுரை கூடி வரும் சமயம் அடுப்பிலிருந்து இறக்கி வைக்கவும்.
5. வாணலியில் எண்ணெய் ஊற்றி காய்ந்ததும், 1 மிளகாய் வற்றல், கடுகு, உளுத்தம்பருப்பு, பெருங்காயம், கறிவேப்பிலை போட்டு தாளித்து, சூப்பை எடுத்து தாளிதத்தில் கொட்டி சூடுபடுத்தவும்.
6. நுரை கூடி வரும்போது அடுப்பிலிருந்து இறக்கி பரிமாறவும்.

முருங்கைக்காய் சூப் - 4

தேவையான பொருட்கள்

முருங்கைக்காய்	- 3
வெங்காயம்	- 2
தக்காளி	- 3
பச்சை மிளகாய்	- 2
பால்	- 1/2 கப்
காரன்ஃப்ளோர்	- 2 தேக்கரண்டி

தனியாத்தூள்	-	1 1/2 தேக்கரண்டி
மிளகுத்தூள்	-	1 தேக்கரண்டி
சீரகத்தூள்	-	1/4 தேக்கரண்டி
மஞ்சள்தூள்	-	1/4 தேக்கரண்டி
இஞ்சி விழுது	-	1/2 தேக்கரண்டி
கொத்தமல்லித் தழை	-	சிறிதளவு
உப்பு	-	தேவையான அளவு
தண்ணீர்	-	தேவையான அளவு

செய்முறை

1. முருங்கைக்காயை துண்டுகளாக்கி ஒரு பாத்திரத்தில் வைத்து தண்ணீர் ஊற்றி வேகவைத்து அதன் சதைப்பற்றை கரண்டியால் வழித்தெடுத்து தனியாக வைக்கவும்.
2. நறுக்கிய வெங்காயம், தக்காளி, பச்சை மிளகாய், கொத்தமல்லித் தழை ஆகியவற்றுடன் தனியாத்தூள், மிளகுத்தூள், சீரகத்தூள், மஞ்சள்தூள், இஞ்சி விழுது, உப்பு சேர்த்து இரண்டு டம்ளர் தண்ணீர் ஊற்றி, குக்கரில் 2 விசில் சத்தம் வரும் வரை வைத்திருந்து இறக்கவும்.
3. குக்கரில் வேகவைத்தவை நன்கு ஆறியதும் ஒரு மிக்சியில் அவற்றை நன்கு அரைத்து வடிக்கட்டவும்.
4. முருங்கைக்காயின் சதைப்பற்றை அதில் சேர்க்கவும்.
5. பாலில் கார்ன் ஃப்ளோரை கரைத்து, அதை மேலே உள்ள கலவையுடன் சேர்த்து நன்கு கலக்கி, ஐந்து நிமிடம் கொதிக்க வைத்து இறக்கி, சூடாக பரிமாறவும்.

முருங்கைக்காய் சூப் - 5

தேவையான பொருட்கள்

முருங்கைக்காய்	-	3
வெங்காயம்	-	200 கிராம்
தக்காளி	-	200 கிராம்
பச்சை மிளகாய்	-	2
மஞ்சள்தூள்	-	1/2 தேக்கரண்டி
தனியாத்தூள்	-	1 தேக்கரண்டி
மிளகு	-	2 தேக்கரண்டி
பூண்டு	-	4 பல்
இஞ்சி	-	சிறு துண்டு
எண்ணெய்	-	தேவையான அளவு
உப்பு	-	தேவையான அளவு

தண்ணீர்	- 3 டம்ளர்

செய்முறை

1. முருங்கைக்காயை துண்டுகளாக்கி ஒரு பாத்திரத்தில் வைத்து தண்ணீர் ஊற்றி வேகவைத்து அதன் சதைப்பற்றை கரண்டியால் வழித்தெடுத்து தனியாக வைக்கவும்.
2. பூண்டு, மிளகு, இஞ்சி ஆகியவற்றை நன்கு இடித்து விழுதாக அரைத்துக் கொள்ளவும்.
3. ஒரு அகலமான பாத்திரத்தில் எண்ணெய் ஊற்றி காய்ந்ததும் நறுக்கிய வெங்காயம், தக்காளி, பச்சை மிளகாய் ஆகியவற்றை வதக்கவும்.
4. பிறகு முருங்கைக்காய் சதைப்பற்றை அதில் சேர்த்து வதக்கவும்.
5. நன்கு வதங்கியதும் அதனுடன் மஞ்சள்தூள், தனியாத்தூள், இடித்து வைத்துள்ள விழுது, உப்பு, மூன்று டம்ளர் தண்ணீர் சேர்த்து கொதிக்க விடவும்.
6. முருங்கைக்காய் மற்ற மசாலாப் பொருள்களுடன் சேர்ந்து வெந்த வாசனை வந்த பிறகு இறக்கி, சூடாக பரிமாறவும்.

முருங்கைக்காய் சூப் - 6

தேவையான பொருட்கள்

முருங்கைக்காய்	- 2 கப் (இரண்டு அங்குல துண்டுகளாக வெட்டியது)
வெண்ணெய்	- 1 தேக்கரண்டி
பூண்டு	- 1/4 தேக்கரண்டி (பொடியாக நறுக்கியது)
இஞ்சி	- 1/4 தேக்கரண்டி (துருவியது)
சீரகத்தூள்	- 1/4 தேக்கரண்டி
வெங்காயம்	- 1/4 கப் (பொடியாக நறுக்கியது)
பால்	- 1/2 கப்
மிளகுத்தூள்	- 1 தேக்கரண்டி
செலரிதழை	- 1 தேக்கரண்டி
உப்பு	- தேவையான அளவு
தண்ணீர்	- தேவையான அளவு

செய்முறை

1. அடுப்பில் ஒரு குக்கரை வைத்து வெண்ணெய்யைப் போட்டு இளகியதும் அதில் பூண்டு, இஞ்சியைப் போட்டு ஒரு சில நொடிகள் வதக்கவும்.

2. பிறகு அதில் முருங்கைக்காய் துண்டுகள் மற்றும் வெங்காயத்தைப் போட்டு ஐந்து நிமிடங்கள் கிளறவும்.
3. அதில் மூன்று கப் தண்ணீர் ஊற்றி உப்பை சேர்த்து கலக்கி, மூன்று விசில் சத்தம் வரும் வரை வேகவிடவும்.
4. பிறகு குக்கரில் இருந்து நீராவி வெளியேறியதும் அதைத் திறந்து, அதில் பாலை ஊற்றி கொழகொழப்பு வரும் வரை நன்கு சேர்த்து கலக்கவும்.
5. இதை வேறொரு பாத்திரத்தில் பிழிந்து வடிகட்டவும்.
6. அதனுடன் சீரகம் மற்றும் மிளகுத்தூள் கலந்து அவ்வப்போது கிண்டியபடி ஐந்து நிமிடங்கள் கொதிக்க வைக்கவும்.
7. பிறகு செயலித்தழை தூவி இறக்கி சூடாக பரிமாறவும்.

முருங்கைக்காய் ரசம்

தேவையான பொருட்கள்

முருங்கைக்காய்	- 2
தக்காளி	- 1
வெங்காயம்	- 1
மிளகுத்தூள்	- 1/4 தேக்கரண்டி
சீரகத்தூள்	- 1/4 தேக்கரண்டி
மஞ்சள்தூள்	- 1/4 தேக்கரண்டி
புளி	- சிறிதளவு
கொத்தமல்லித்தழை	- கொஞ்சம்
கறிவேப்பிலை	- கொஞ்சம்
உப்பு	- தேவையான அளவு
பருப்பு தண்ணீர்	- தேவையான அளவு

தாளிப்பிற்கு

கடுகு	- கொஞ்சம்
காய்ந்த மிளகாய்	- 2
எண்ணெய்	- தேவையான அளவு

செய்முறை

1. முருங்கைக்காய், வெங்காயம், தக்காளி ஆகியவற்றை சிறிய துண்டுகளாக நறுக்கிக் கொள்ளவும்.
2. நறுக்கியவற்றை ஒரு பாத்திரத்தில் தேவையான அளவு பருப்புத் தண்ணீர் ஊற்றி வேகவிடவும்.
3. நன்கு வெந்ததும் அதில் மிளகுத்தூள், சீரகத்தூள், மஞ்சள் தூள் கலந்து, புளியைக் கரைத்து ஊற்றி, அதில் உப்பு சேர்த்து கலந்து நன்கு கொதிக்க விடவும்.

4. ஒரு வாணலியில் எண்ணெய் ஊற்றி காய்ந்ததும் கடுகு போட்டு வெடித்ததும், காய்ந்த மிளகாயை முழுதாக போட்டு தாளித்து அதை மேலே உள்ள கலவையில் சேர்த்து கொதி வரும் முன் கறிவேப்பிலை மற்றும் கொத்தமல்லித்தழை போட்டு இறக்கவும்.

முருங்கைக்காய் பகோடா - 1

தேவையான பொருட்கள்

முருங்கைக்காய்	- 3
கடலைப்பருப்பு	- 1 கப்
பொட்டுக்கடலை	- 3/4 கப் (Fried Gram)
சோம்பு	- 1 தேக்கரண்டி
வெங்காயம்	- 3 (பொடியாக அரிந்தது)
பச்சை மிளகாய்	- 8 (பொடியாக அரிந்தது)
பூண்டு	- 2 (பொடியாக அரிந்தது)
மஞ்சள்தூள்	- சிறிது
எண்ணெய்	- தேவைக்கேற்ப
உப்பு	- தேவைக்கேற்ப

செய்முறை

1. முருங்கைக்காய்களை 4, 5 துண்டுகளாக அரிந்துகொள்ள வேண்டும்.
2. அதனுடன் உப்பு மஞ்சள்தூள் சேர்த்து வேக வைக்கவும்.
3. நன்றாக வெந்த பிறகு, முருங்கைக்காய்களுக்கு உட்புறமுள்ள விழுதை எடுத்துக் கொள்ளவும்.
4. கடலைப்பருப்பை நன்றாகக் கழுவி, பொட்டுக்கடலை சேர்த்து 2 மணி நேரம் தண்ணீரில் ஊறவைத்து அரைத்துக்கொள்ளவும்.
5. பிறகு வெங்காயம், பச்சைமிளகாய், பூண்டு, உப்பு ஆகியவற்றை நான்காவதாக சொல்லப்பட்ட மாவுடன் சேர்த்து அரைத்துக் கொள்ளவும்.
6. இதனுடன் சோம்பு மற்றும் முருங்கைக்காய் விழுதை சேர்த்து கெட்டியாக பிசைந்து கொள்ளவும்.
7. ஒரு கடாயில் எண்ணெயை ஊற்றி சூடாக்கி அதில் பிசைந்த மாவை சிறு சிறு உருண்டைகளாக உருட்டிப் போட்டு பொரித்து எடுக்கவும்.

முருங்கைக்காய் பகோடா - 2

தேவையான பொருட்கள்

வேகவைத்த முருங்கைக்காய் சதைப் பற்று - 2 கப்
கடலை மாவு - 4 மேசைக்கரண்டி
சோளமாவு - 1 மேசைக்கரண்டி
அரிசி மாவு - 2 மேசைக்கரண்டி
வெங்காயம் - 2 மேசைக்கரண்டி (பொடியாக நறுக்கியது)
பச்சை மிளகாய் - 2 (பொடியாக அரிந்தது)
கரம் மசாலாதூள் - 1 தேக்கரண்டி
மிளகாய்த்தூள் - 1/2 தேக்கரண்டி
பெருங்காயம் - 1/4 தேக்கரண்டி
எண்ணெய் - தேவையான அளவு
உப்பு - தேவையான அளவு

செய்முறை

1. எண்ணெய்யை தவிர மற்ற எல்லாவற்றையும் ஒரு கிண்ணத்தில் போட்டு நன்றாக பிசைந்து மாவு போல் செய்யவும்.
2. ஒரு வாணலியில் எண்ணெய் விட்டு நன்கு காய்ந்ததும், ஒவ்வொரு மேசைக்கரண்டி அளவு மாவாகப் போட்டு பொன்னிறமாக பொரித்து எடுக்கவும்.

முருங்கைக்காய் வடை

தேவையான பொருட்கள்

முருங்கைக்காய் - 10
கடலைப்பருப்பு - 2 கப்
உளுத்தம் பருப்பு - 1/2 டம்ளர்
பச்சை மிளகாய் - 8
பெருங்காயத்தூள் - 3 சிட்டிகை
கறிவேப்பிலை - சிறிதளவு
கொத்தமல்லி தழை - சிறிதளவு
இஞ்சி - சிறிய துண்டு
உப்பு - தேவையான அளவு
எண்ணெய் - பொரிப்பதற்கு

செய்முறை

1. முருங்கைக்காய்களைத் துண்டுகளாக வெட்டி வேகவைத்து, சதைப் பகுதியை எடுத்து தனியே வைக்கவும்.

2. பருப்பு வகைகளை ஒரு மணி நேரம் ஊற வைத்து, தண்ணீரை வடித்து அவற்றுடன் பச்சை மிளகாய், பெருங்காயத்தூள், உப்பு சேர்த்து, மாவு கரகரப்பாக இருக்கும்படி அரைத்து எடுக்கவும்.
3. பிறகு இதில் கறிவேப்பிலை, கொத்தமல்லி தழை, இஞ்சி ஆகியவற்றை பொடியாக நறுக்கிப் போட்டு சிறிது பிசைந்து பின், முருங்கைக்காய் சதைப்பற்றையும் இதில் போட்டு நன்கு பிசையவும்.
4. பிறகு வாணலியில் எண்ணெய் விட்டு காய்ந்ததும், பிசைந்து வைத்த மாவை வடைகளாக தட்டிப் போட்டு வேக வைத்து எடுக்கவும்.

முருங்கைக்காய் போண்டா

தேவையான பொருட்கள்

முருங்கைக்காய்	- 10
சின்னவெங்காயம்	- 100 கிராம்
அரிசி மாவு	- 1/4 கப்
கடலைமாவு	- 1/4 கப்
மிளகாய்த்தூள்	- தேவையான அளவு
கொத்தமல்லித்தழை	- கொஞ்சம்
கறிவேப்பிலை	- கொஞ்சம்
உப்பு	- தேவையான அளவு
எண்ணெய்	- தேவையான அளவு
பெருங்காயம்	- தேவை என்றால் சேர்க்கலாம்

செய்முறை

1. கறிவேப்பிலை, கொத்தமல்லித்தழை, மற்றும் வெங்காயத்தை பொடியாக நறுக்கி வைத்துக்கொள்ளவும்.
2. முருங்கைக்காய்களைத் துண்டுகளாக வெட்டி, இட்லி அவிப்பது போல் தட்டில் வைத்து வேகவைத்து, சதைப் பகுதியை தனியே எடுக்கவும்.
3. அதில் அரிசி மாவையும், கடலைமாவையும் சேர்த்து, பொடியாக நறுக்கி வைத்த வெங்காயத்தையும் போட்டு நன்றாக பிசைந்து கொள்ளவும்.
4. பிறகு அதில் நறுக்கி வைத்த கறிவேப்பிலை, கொத்தமல்லித்தழை, மற்றும் உப்பு, மிளகாய்த்தூள் போட்டு நன்றாக பிசைந்து கொள்ளவும்.
5. ஒரு வாணலியில் எண்ணெய் ஊற்றி காய்ந்ததும் அதில் பிசைந்து வைத்த மாவை சிறு சிறு உருண்டைகளாக உருட்டிப் போட்டு வேகவைத்து எடுக்கவும்.

முருங்கைக்காய் டிக்கா (கட்லெட்) 1

தேவையான பொருட்கள்

முருங்கைக்காய்	- 3
உருளைக்கிழங்கு	- 3
ப்ரட் ஸ்லைஸ்	- 2
கொத்தமல்லித்தழை	- சிறிது (பொடியாக நறுக்கியது)
பச்சைமிளகாய் விழுது	- 1/2 தேக்கரண்டி
இஞ்சி விழுது	- 1/2 தேக்கரண்டி
உப்பு	- தேவைக்கேற்ப
எண்ணெய்	- தேவைக்கேற்ப

செய்முறை

1. முருங்கைக்காய்களை துண்டுகளாக அரிந்து நீரில் வேக வைத்து சதையை வழித்தெடுக்கவும்.
2. உருளைக்கிழங்கை வேக வைத்து தோலை நீக்கி விட்டு மசித்து வைக்கவும்.
3. ப்ரெட்டை உதிர்த்து வைக்கவும்.
4. முருங்கைக்காய், உருளைக்கிழங்கு, ப்ரட் ஸ்லைஸ், கொத்தமல்லித்தழை அனைத்தையும் ஒன்றாகக் கலந்து, பச்சைமிளகாய் விழுது, இஞ்சி விழுது, உப்பு சேர்த்து நன்கு பிசைந்து, சிறு கட்லெட்டுகளாக தட்டவும்.
5. தோசைக்கல்லை சூடாக்கி எண்ணெய் விட்டு கட்லெட்களைப் போட்டு சுட்டெடுக்கவும்.

முருங்கைக்காய் டிக்கா (கட்லெட்) 2

தேவையான பொருட்கள்

முருங்கைக்காய் சதைப்பற்று	- 1 கப் (வேகவைத்து வழித்தெடுத்தது)
உருளைக்கிழங்கு	- 1 கப் (வேகவைத்து மசித்தது)
மைதாமாவு	- 4 மேசைக்கரண்டி
இஞ்சி	- 1 துண்டு
பச்சை மிளகாய்	- 2
கொத்தமல்லித்தழை விழுது	- 1 மேசைக்கரண்டி
பிரட்தூள்	- கொஞ்சம்
எண்ணெய்	- தேவையான அளவு
உப்பு	- தேவையான அளவு

செய்முறை

1. இஞ்சி, பச்சை மிளகாயை விழுதாக அரைத்துக் கொள்ளவும்.
2. முருங்கைக்காய் சதைப்பற்று, மசித்த உருளைக்கிழங்கு, இஞ்சி பச்சை மிளகாய் விழுது, கொத்தமல்லி விழுது, உப்பு மைதாமாவு இரண்டு மேசைக்கரண்டி மட்டும் சேர்த்து நன்கு பிசைந்துக் கொள்ளவும்.
3. நன்கு பிசைந்த மாவை சிறு சிறு உருண்டைகளாக எடுத்து தேவையான வடிவத்தில் செய்து கொள்ளவும்.
4. மீதி உள்ள மைதாமாவை தோசைமாவு பதத்தில் கரைத்துக் கொள்ளவும்.
5. செய்து வைத்த வடிவங்களை கரைத்து வைத்த மைதாமாவில் முக்கி எடுத்து பிரட்தூளில் பிரட்டி காயும் எண்ணெய்யில் பொரித்து எடுக்கவும்.

முருங்கைக்காய் பார்த்தா

தேவையான பொருட்கள்

வேகவைத்த முருங்கைக்காய் சதைப்பற்று	- 1 1/2 கப்
தேங்காய் துருவல்	- 2 மேசைக்கரண்டி
பச்சை மிளகாய்	- 2 (சிறுசிறு துண்டுகளாக நறுக்கியது)
சன்னமாக நறுக்கிய வெங்காயம்	- 2 மேசைக்கரண்டி
வினிகர்	- 1 மேசைக்கரண்டி
உப்பு	- தேவையான அளவு

செய்முறை

1. இவை அனைத்தையும் ஒரு கிண்ணத்தில் நன்கு கலக்கவும்.
2. இந்த கலவையை பிரிட்ஜில் வைத்து குளிர்வித்த நிலையில் பரிமாறவும்.

முருங்கைக்காய் கொஜ்ஜு

தேவையான பொருட்கள்

முருங்கைக்காய்	- 2 (சிறு சிறு துண்டுகளாக நறுக்கியது)
கடலைப் பருப்பு	- 1/2 தேக்கரண்டி
தேங்காய் துருவல்	- 1 தேக்கரண்டி
காய்ந்த மிளகாய்	- 3
வெந்தயம்	- 1/4 தேக்கரண்டி
சீரகம்	- 1/4 தேக்கரண்டி

எண்ணெய்	-	1 தேக்கரண்டி
கடுகு	-	கொஞ்சம்
புளிக்கரைசல்	-	1 மேசைக்கரண்டி
உப்பு	-	தேவையான அளவு

செய்முறை

1. முருங்கைக்காயை மிருதுவாகும் வரை வேக வைத்து தனியாக வைக்கவும்.
2. கடலைப் பருப்பு, தேங்காய் துருவல், காய்ந்த மிளகாய், வெந்தயம், சீரகம் ஆகியவற்றை சேர்த்து விழுதாக அரைத்து வைத்துக் கொள்ளவும்.
3. ஒரு வாணலியில் எண்ணெய் விட்டு காய்ந்த பிறகு கடுகு போட்டு வெடித்ததும் அதில் மசாலா விழுது, உப்பு, புளிக்கரைசல் மற்றும் வேகவைத்த முருங்கைக்காய் சேர்த்து கொதிக்க விடவும்.
4. அது சாப்பாட்டிற்கு அருமையாக இருக்கும்.

முருங்கைக்காய் அல்வா

தேவையான பொருட்கள்

முருங்கைக்காய்	-	20
சர்க்கரை	-	முருங்கைக்காய் சதைப் போல 2 மடங்கு
நெய்	-	100 கிராம்
ஏலக்காய் தூள்	-	சிறிது
பாதாம் பருப்பு	-	சிறிது
முந்திரி பருப்பு	-	சிறிது
கிஸ்மிஸ் பழத்துண்டுகள்	-	கொஞ்சம்
உப்பு	-	1/4 தேக்கரண்டி

செய்முறை

1. முருங்கைக்காய்களை விரல் நீளம் அரிந்து ஒரு சட்டியில் போட்டு, தண்ணீர் விட்டு, முக்கால் பதமாக வேகவைத்து எடுத்து, தோலையும், விதைகளையும் நீக்கி விட்டு, சதையை மட்டும் சுரண்டி எடுத்து, அதை மத்தால் கடைந்து, கொஞ்சம் தண்ணீர் விட்டு, 1/4 தேக்கரண்டி உப்பு சேர்த்து, நன்கு வேகவைத்து, மறுபடியும் மத்தால் கடைந்து கொள்ளவும்.
2. பாதாம் பருப்பு, முந்திரி பருப்பு ஆகியவற்றை வறுத்து சிறுசிறு துண்டுகளாக வெட்டி வைக்கவும்.

3. முருங்கைக்காய் சதையைப் போல் இரண்டு மடங்கு சர்க்கரையை பாகு பதத்திற்கு காய்ச்சி அதில் முருங்கைக்காய் விழுதைப் போட்டு கிளறி அடுப்பில் வைக்கவும்.
4. இந்தக் கலவை அல்வா போல இறுகிவரும் போது, நெய் விட்டுக் கிளறவும்.
5. ஏலக்காய் தூள், பாதாம் பருப்பு, முந்திரி பருப்பு, கிஸ்மிஸ் பழத்துண்டுகள் ஆகியவற்றை இதில் போட்டு நன்கு கிளறவும்.
6. கிளறிய பின் ஒரு தட்டில் கொட்டி பரப்பி, ஆறவைக்கவும்.

முருங்கைக்காய் அல்வா - 2

தேவையான பொருட்கள்

முருங்கைக்காய் சதைப்பற்று	- 500 கிராம்
சர்க்கரை	- 250 கிராம்
மில்க்மெய்ட்	- 50 மி.லி.
கோவா	- 25 கிராம்
நெய்	- 30 மி.லி.
பால்	- 100 மி.லி.
ஏலக்காய்த்தூள்	- 5 கிராம்
முந்திரி பருப்பு	- 25 கிராம்

செய்முறை

1. முருங்கைக்காயை கழுவி இரண்டாக நீளவாக்கில் கீறி பிளந்து அதன் சதை பாகத்தை கரண்டியால் எடுத்துக் கொள்ளவும். பிறகு அதை ஒரு மிக்சியில் போட்டு அடித்து, அதில் நார் போன்றவைகள் இருந்தால் கைகளால் எடுத்துவிடவும்.
2. இந்த சதைப் பற்றை பாலுடன் சேர்த்து பசை போல் ஆக்கிக் கொள்ளவும்.
3. ஒரு வாணலியில் சிறிது நெய் ஊற்றிக் காய்ந்ததும் துண்டுகளாக்கப்பட்ட முந்திரி பருப்பு போட்டு பொன்னிறமாக வறுத்து தனியே எடுத்து வைக்கவும்.
4. அதே வாணலியில் மீதி நெய் ஊற்றிக் காய்ந்ததும் மேற்கண்ட கலவையை ஊற்றி பச்சை வாசனை போகும் வரை வதக்கவும்.
5. பின் சர்க்கரையை அதில் சேர்த்துக் கிளறவும்.
6. சர்க்கரை உருகி கலவையுடன் நன்கு கலந்ததும், மில்க்மெய்ட், கோவா போன்றவற்றை ஒவ்வொன்றாக சேர்த்து நன்கு கிளறவும்.

7. கலவை வாணலியில் ஒட்டாமல் வரும் தருவாயில் ஏலக்காய் தூள் சேர்த்து நன்கு கிளறி இறக்கவும்.
8. பிறகு அதை ஒரு நெய் தடவிய தட்டில் ஊற்றி பரப்பி அதன் மீது வறுத்த முந்திரி பருப்புத் துண்டுகளை வைத்து அலங்கரிக்கவும்.

முருங்கைக்காய் பொரியல் - 1

தேவையான பொருட்கள்

முருங்கைக்காய்	- 2
தேங்காய்	- கொஞ்சம் (துருவியது)
சீரகம்	- தாளிப்பதற்கு
கறிவேப்பிலை	- தாளிப்பதற்கு
நெய் / எண்ணெய்	- தாளிப்பதற்கு
உப்பு	- தேவைக்கேற்ப
தண்ணீர்	- தேவைக்கேற்ப

செய்முறை

1. முருங்கைக்காய்களை கழுவி, துண்டுகளாக அரிந்து, உப்பும், தேவையான அளவு தண்ணீரும் சேர்த்து வேகவைக்க வேண்டும். காய் வெந்திருக்க வேண்டும். ஆனால், உடையக் கூடாது.
2. பிறகு வாணலியில் நெய் விட்டு சீரகம், கறிவேப்பிலை போட்டு தாளித்து அதனுடன் வேகவைத்த முருங்கைக்காயை சேர்த்து பிரட்டவும். பிரட்டும் போது அடுப்பை அணைத்து விட வேண்டும்.
3. அதில் உடனே தேங்காய் துருவலைச் சேர்த்து கிளறி இறக்கவும்.

முருங்கைக்காய் பொரியல் - 2

தேவையான பொருட்கள்

முருங்கைக்காய்	- 4 (இரண்டு அங்குல துண்டுகளாக வெட்டியது)
வெங்காயம்	- 3 மேசைக்கரண்டி (பொடியாக நறுக்கியது)
பெரிய வெங்காயம்	- 1
தக்காளி	- 3 மேசைக்கரண்டி (பொடியாக நறுக்கியது)
தேங்காய் துருவல்	- 2 மேசைக்கரண்டி

மஞ்சள் தூள்	- 1/4 தேக்கரண்டி
தனியாத்தூள்	- 1/4 தேக்கரண்டி
மிளகாய்த்தூள்	- 1/4 தேக்கரண்டி
சோம்பு	- 3/4 தேக்கரண்டி (1/2+ 1/4)
கறிவேப்பிலை	- கொஞ்சம்
எண்ணெய்	- 5 தேக்கரண்டி
உப்பு	- தேவையான அளவு
தண்ணீர்	- தேவையான அளவு

செய்முறை

1. தேங்காய் துருவல், 1/2 தேக்கரண்டி சோம்பு, பெரிய வெங்காயம் ஆகியவற்றை சேர்த்து அரைத்துக் கொள்ளவும்.
2. வாணலியில் எண்ணெய் விட்டு சூடாக்கி 1/4 தேக்கரண்டி சோம்பு, கறிவேப்பிலை சேர்த்து தாளித்து, வெங்காயத்தை சேர்த்து வதக்கவும்.
3. அதில் தக்காளியை சேர்த்து மூன்று நிமிடங்கள் மிதமான தீயில் கிளறி வதக்கவும்.
4. பிறகு முருங்கைக்காயை சேர்த்து வதக்கவும்.
5. காய் நன்கு வதங்கியதும், அதில் மஞ்சள்தூள், தனியாத்தூள், மிளகாய்த்தூள், உப்பு சேர்த்து நன்கு கலக்கவும்.
6. பிறகு முருங்கைக்காய் துண்டுகள் மூழ்கும் வரை தண்ணீர் ஊற்றி மூடியிட்டு மிதமான தீயில் வேகவிடவும்.
7. காய் பாதி வெந்ததும், அரைத்து வைத்த கலவையை சேர்த்து தண்ணீர் சுண்டும் வரை வேகவைத்து இறக்கவும்.

முருங்கைக்காய் பொரியல் - 3

தேவையான பொருட்கள்

முருங்கைக்காய்	- 10
தேங்காய்	- 1 மூடி
மிளகாய் வற்றல்	- 2
சீரகம்	- 1/2 தேக்கரண்டி
மஞ்சள் பொடி	- 1/2 தேக்கரண்டி
தேங்காய் எண்ணெய்	- 3 தேக்கரண்டி
கடுகு	- 1 தேக்கரண்டி
உளுத்தம் பருப்பு	- 1 தேக்கரண்டி
உப்பு	- தேவைக்கேற்ப
தண்ணீர்	- தேவையான அளவு

செய்முறை

1. முருங்கைக்காயை கொஞ்சம் நீளமான அளவில் துண்டுகளாக நறுக்கிக் கொள்ளவும்.
2. ஒரு பாத்திரத்தில் அளவாக தண்ணீர் ஊற்றி, முருங்கைக்காய், மஞ்சள் பொடி மற்றும் உப்பு போட்டு வேக வைக்கவும்.
3. தேங்காயைத் துருவி அதனுடன் மிளகாய் வற்றல் மற்றும் சீரகம் சேர்த்து, சிறிது தண்ணீர் விட்டு உதிரியாக அரைத்து வைத்துக் கொள்ளவும்.
4. ஒரு வாணலியில் சிறிது எண்ணெய் விட்டு காய்ந்ததும் கடுகு, உளுத்தம் பருப்பு போட்டு தாளிக்கவும்.
5. முருங்கைக்காய் வெந்து நீர் வற்றியதும் அதை வாணலியில் போட்டு எண்ணெய் விட்டு நன்கு வதக்கவும்.
6. நன்கு வதங்கியதும் அதில் தேங்காய்க் கலவையைப் போட்டு கிளறவும்.
7. தேவையானால் சிறிது தேங்காய்த் துருவலை வறுத்து இதனுடன் சேர்த்துக் கிளறி இறக்கலாம்.

முருங்கைக்காய் மசாலா - 1

தேவையான பொருட்கள்

முருங்கைக்காய்	- 5
பூண்டு	- 3 பல்
பெரிய வெங்காயம்	- 1 (பொடியாக நறுக்கியது)
காய்ந்த மிளகாய்த்தூள்	- 1 தேக்கரண்டி
உப்பு	- தேவையான அளவு
தண்ணீர்	- தேவையான அளவு

மசாலாவுக்கு

தேங்காய்த் துருவல்	- 1/2 கப்
பெருஞ்சீரகம்	- 1/2 தேக்கரண்டி

தாளிக்க

கறிவேப்பிலை	- கொஞ்சம்
கிராம்பு	- 2
இலவங்கப்பட்டை	- 2 துண்டு
ஏலக்காய்	- 2
எண்ணெய்	- 2 மேசைக்கரண்டி

செய்முறை

1. முருங்கைக்காயை இரண்டங்குலத் துண்டுகளாக வெட்டிக் கொள்ளவும்.
2. தேங்காய்த் துருவலையும், பெருஞ்சீரகத்தையும் கொஞ்சம் தண்ணீர் சேர்த்து நைசாக அரைத்துக் கொள்ளவும்.

3. ஒரு வாணலியில் எண்ணெய் ஊற்றி காய்ந்ததும், தாளிக்க வேண்டியவைகளைப் போட்டு தாளித்து, அதில் பூண்டு மற்றும் வெங்காயம் போட்டு பொன்னிறமாக வரும் வரை வதக்கவும்.
4. பிறகு அதில் மிளகாய்த்தூள் மற்றும் முருங்கைக்காய் துண்டு களைப் போட்டு நன்கு பிரட்டவும்.
5. நன்கு பிரட்டியதும் அதில் கொஞ்சம் தண்ணீர் ஊற்றி ஒரு மூடி போட்டு நன்கு வேக விடவும்.
6. நன்கு வெந்ததும், அதில் தேங்காய் கலவையையும் உப்பையும் சேர்த்துப் போட்டு நன்றாக பிரட்டி வேகவிடவும்.
7. மசாலா நன்கு தடிமனாக வந்ததும் இறக்கி பரிமாறவும்.

முருங்கைக்காய் மசாலா - 2

தேவையான பொருட்கள்

முருங்கைக்காய்	- 2 கப் (இரண்டு அங்குல துண்டுகளாக நறுக்கியது)
பூண்டு	- 8 பல்
பெரிய வெங்காயம்	- 1 கப் (பொடியாக நறுக்கியது)
இஞ்சி	- 1 தேக்கரண்டி (பொடியாக துருவியது)
வறுத்த வேர்க்கடலைப் பொடி	- 2 மேசைக்கரண்டி
மஞ்சள்தூள்	- 1/4 தேக்கரண்டி
புளி	- 2 தேக்கரண்டி (ஊறவைத்தது)
காய்ந்த மிளகாய்	- 5
கடுகு	- 1/2 தேக்கரண்டி
உளுத்தம் பருப்பு	- 1 தேக்கரண்டி
கறிவேப்பிலை	- கொஞ்சம்
எண்ணெய்	- 2 தேக்கரண்டி
உப்பு	- தேவையான அளவு
தண்ணீர்	- தேவையான அளவு

செய்முறை

1. ஒரு அகல பாத்திரத்தை அடுப்பில் வைத்து அதில் தேவையான அளவு தண்ணீர் ஊற்றி அதில் மஞ்சள்தூள், உப்பு மற்றும் முருங்கைக்காய் துண்டுகளை போட்டு ஐந்திலிருந்து பத்து நிமிடங்கள் வேக வைக்கவும்.
2. இஞ்சி, பூண்டு, காய்ந்த மிளகாய், வேர்க்கடலை ஆகியவற்றுடன் கொஞ்சமாக தண்ணீர் சேர்த்து விழுதாக அரைத்துக் கொள்ளவும்.

3. ஒரு வாணலியை அடுப்பில் வைத்து எண்ணெய் ஊற்றி காய்ந்ததும் அதில் கடுகு, உளுத்தம் பருப்பு, கறிவேப்பிலை சேர்த்து, கடுகு பொரிந்ததும் வெங்காயத்தை சேர்த்து வெங்காயம் பொன்னிறமாகும் வரை வதக்கவும்.
4. வெங்காயத்துடன் வெந்த முருங்கைக்காய் மற்றும் அரைத்து வைத்த மசாலா விழுது சேர்த்து நன்றாகக் கிளறவும்.
5. நன்றாகக் கிளறிய பிறகு அதில் உப்பு சேர்த்து மீண்டும் நன்கு கிளறவும்.
6. பிறகு அதில் ஊறவைத்த புளியை சேர்த்து நன்றாகக் கிளறவும்.
7. மிதமான தீயில் ஐந்து நிமிடங்கள் சூடாக்கி, இறக்கி சூடாக பரிமாறவும்.

முருங்கைக்காய் மட்டன் மசாலா

தேவையான பொருட்கள்

முருங்கைக்காய்	- 2
ஆட்டுக்கறி	- 1/2 கிலோ
பெரிய வெங்காயம்	- 2 (பொடியாக நறுக்கியது)
தக்காளி	- 2
பூண்டு விழுது	- 2 தேக்கரண்டி
காய்ந்த மிளகாய்த்தூள்	- 2 தேக்கரண்டி
கரம் மசாலா தூள்	- 1/2 தேக்கரண்டி
மிளகுத்தூள்	- 1/2 தேக்கரண்டி
மஞ்சள்தூள்	- 1/2 தேக்கரண்டி
பெருஞ்சீரகம்	- 1 1/2 தேக்கரண்டி
கிராம்பு	- 3
பிரியாணி இலை	- 1
தேங்காய்த் துண்டுகள்	- 3
கறிவேப்பிலை	- 2 கொத்து
கொத்தமல்லித்தழை	- கொஞ்சம்
புதினாதழை	- 1 கொத்து
உப்பு	- தேவையான அளவு
எண்ணெய்	- தேவையான அளவு
தண்ணீர்	- தேவையான அளவு

செய்முறை

1. முருங்கைக்காயை இரண்டங்குலத் துண்டுகளாக வெட்டிக் கொள்ளவும்.

2. ஒரு குக்கரில் கொஞ்சம் தண்ணீர் ஊற்றி ஆட்டுக்கறியை பூண்டு விழுது, உப்பு, மஞ்சள்தூள் கலந்து ஐந்து நிமிடங்கள் வேகவைத்து தனியாக இறக்கி வைக்கவும்.
3. வெங்காயம், தக்காளி, பெருஞ்சீரகம், தேங்காய்த் துண்டுகள் ஆகியவற்றை தனித்தனியாக மிக்சியில் அரைத்து வைத்துக் கொள்ளவும்.
4. ஒரு வாணலியில் தேவையான அளவு எண்ணெய் ஊற்றி காய்ந்ததும், பிரியாணி இலை, கிராம்பு, கறிவேப்பிலை, புதினாதழை சேர்த்து தாளிக்கவும்.
5. பிறகு அதில் வெங்காய விழுதை சேர்த்து கிண்டி சில நிமிடங்கள் வேக விட்டு பிறகு அதில் தக்காளி விழுதை சேர்க்கவும்.
6. பிறகு அதில் மிளகாய்த்தூள், மிளகுத்தூள் மற்றும் கரம் மசாலா சேர்த்து நன்றாக வேகவைக்கவும்.
7. பிறகு அதில் தேங்காய் விழுது மற்றும் பெருஞ்சீரக விழுதைச் சேர்த்து கிண்டவும்.
8. இதில் முருங்கைக்காய் துண்டுகளைப் போட்டு வதக்கவும்.
9. முருங்கைக்காய் வதங்கியதும் அதில் வேகவைத்த கறியை குக்கரில் உள்ள கலவையுடன் ஊற்றி மிதமான தீயில் முருங்கைக்காய் நன்கு வேகும் வரை வேகவிடவும்.
10. முருங்கைக்காய் வெந்ததும் அதன் மேல் கொத்தமல்லித்தழையைத் தூவி இறக்கவும்.

முருங்கைக்காய் மசாலாப் பொரியல்

தேவையான பொருட்கள்

முருங்கைக்காய்	- 3
வெங்காயம்	- 2 (பொடியாக அரிந்தது)
தக்காளி	- 4 (பொடியாக அரிந்தது)
கறிவேப்பிலை	- சிறிதளவு
எண்ணெய்	- 3 மேசைக்கரண்டி
உப்பு	- தேவைக்கேற்ப
தண்ணீர்	- 1/2 கப்

அரைக்க

தேங்காய் துருவல்	- 2 மேசைக்கரண்டி
மிளகாய் தூள்	- 2 தேக்கரண்டி
மல்லித்தூள்	- 1 தேக்கரண்டி

இஞ்சி	- 1 துண்டு
பூண்டு	- 5 பல் (பொடியாக அரிந்தது)
சோம்பு	- 1 தேக்கரண்டி
தண்ணீர்	- தேவையான அளவு

செய்முறை

1. முருங்கைக்காய்களை விரல் அளவு துண்டுகளாக அரிந்து கொள்ள வேண்டும்.
2. அரைக்கக் கூறிய பெருள்களை ஒன்றாகச் சேர்த்து சிறிதளவு தண்ணீர் விட்டு நைசாக அரைத்துக் கொள்ளவும்.
3. வாணலியை சூடாக்கி வெங்காயத்தைக் கொட்டி வதக்கவும்.
4. பிறகு தக்காளி, அரைத்த விழுது, உப்பு சேர்த்து பச்சை வாடை போக வதக்கவும்.
5. பின் முருங்கைக்காய், அரை கப் தண்ணீர் சேர்த்து கிளறி மூடி வைக்கவும். தீயை மிதமாக வைக்கவும்.
6. முருங்கைக்காய் வெந்ததும், தீயை அதிகப்படுத்தி, கறிவேப்பிலை தூவி, சுருளக் கிளறி இறக்கவும்.

முருங்கைக்காய் வாழைக்காய் பொரியல்

தேவையான பொருட்கள்

முருங்கைக்காய்	- 2
வாழைக்காய்	- 1
வெங்காயம்	- 2
தக்காளி	- 2
மிளகாய்த்தூள்	- 2 தேக்கரண்டி
மஞ்சள்தூள்	- 1/4 தேக்கரண்டி
தேங்காய்பால்	- 1/4 கப் (கெட்டியானது)
எண்ணெய்	- 2 மேசைக்கரண்டி
உப்பு	- தேவைக்கு

தாளிக்க

கறிவேப்பிலை	- சிறிதளவு
கடுகு	- 1/2 தேக்கரண்டி
உளுந்து	- 1/2 தேக்கரண்டி
சோம்பு	- 1/2 தேக்கரண்டி

செய்முறை

1. வேகவைத்து முருங்கைக்காயின் சதைப் பகுதியை வழித்தெடுத்து தனியாக வைக்கவும்.
2. வாழைக்காயை பொடியாக நறுக்கவும்.

3. வெங்காயம், தக்காளியை பொடிசாக நறுக்கவும்.
4. எண்ணெயை சூடாக்கி கடுகு, உளுந்து, சோம்பு, கறிவேப்பிலையை தாளிக்கவும்.
5. தாளிதத்துடன் வெங்காயத்தை சேர்த்து வதக்கவும்.
6. வெங்காயம் வதங்கியதும் மஞ்சள் தூள் மிளகாய்த் தூள், உப்பு சேர்த்து மேலும் வதக்கி வெந்ததும் தேங்காய்பால், முருங்கைக்காயின் சதைப் பகுதி சேர்த்து சுருளக் கிளறி இறக்கவும்.

முருங்கைக்காய் பால் பொரியல்

தேவையான பொருட்கள்

முருங்கைக்காய்	- 5
பால்	- 1/4 கப்
மிளகாய்த்தூள்	- 1 தேக்கரண்டி
உளுத்தம் பருப்பு	- 2 தேக்கரண்டி
வெங்காயம்	- 2
மஞ்சள்தூள்	- 1/4 தேக்கரண்டி
கடுகு	- 1/4 தேக்கரண்டி
உப்பு	- தேவையான அளவு
எண்ணெய்	- 2 மேசைக்கரண்டி
தண்ணீர்	- 1/4 கப்

செய்முறை

1. முருங்கைக்காய்களை இரண்டு அங்குலத் துண்டுகளாக வெட்டிக் கொள்ளவும்.
2. வெங்காயத்தை நறுக்கி வைத்துக் கொள்ளவும்.
3. உளுத்தம் பருப்பை கொஞ்சம் தண்ணீரில் பதினைந்து நிமிடம் ஊறவைத்து தண்ணீரை வடிக்கட்டி வைக்கவும்.
4. ஒரு பாத்திரத்தில் எண்ணெய் ஊற்றி காய்ந்ததும் கடுகு மற்றும் உளுத்தம் பருப்பு போட்டு பொரிந்ததும் அதில் வெங்காயம் போட்டு பொன்னிறமாகும் வரை வதக்கவும்.
5. இதில் முருங்கைக்காய், மிளகாய்த்தூள், மஞ்சள்தூள் சேர்த்து நன்றாக பிரட்டவும்.
6. நன்கு பிரட்டியதும் அதில் பால், தண்ணீர், உப்பு சேர்த்து நன்கு கிளறியபடி வேகவிடவும்.
7. முருங்கைக்காய் நன்கு வெந்ததும், ஈரப்பதம் நீங்கியதும் இறக்கி பரிமாறவும்.
8. இது சப்பாத்திக்கு நன்றாக இருக்கும்.

முருங்கைக்காய் பலாக்கொட்டைக் கறி

தேவையான பொருட்கள்

முருங்கைக்காய்	- 10 (3 அங்குல துண்டுகளாக்கியது)
பலாக்கொட்டை	- 20 (மேல் தோல் நீக்கி அரிந்தது)
துவரம்பருப்பு	- 100 கிராம்
தேங்காய்ப்பால்	- 1 முழு தேங்காயிலிருந்து
காய்ந்தமிளகாய்	- 12 கிராம்
மிளகு	- 3 கிராம்
மஞ்சள்	- 3 கிராம்
கொத்தமல்லித்தழை	- 25 கிராம் (பொடியாக நறுக்கியது)
கறிவடகம்	- 2
நெய் / எண்ணெய்	- 150 கிராம் (50கி + 100கி)
உப்பு	- 36 கிராம்
தண்ணீர்	- 250 மி.லி.

செய்முறை

1. ஒரு பாத்திரத்தில் துவரம் பருப்பும், 50 கிராம் நெய்யையும் விட்டு நன்றாக வறுத்து, 250 மி.லி. தண்ணீர் விட்டு, பருப்பை வேக வைக்கவும்.
2. பிறகு அதில் முருங்கைக்காயையும், பலாக்கொட்டையையும் போட்டு வேகவைக்கவும்.
3. இவை வெந்ததும், அதில் மிளகு, மிளகாய், மஞ்சள் ஆகியவற்றை வறுத்து, தண்ணீர் விட்டு நைசாக அரைத்து சேர்க்கவும்.
4. பிறகு உப்பு, தேங்காய்ப்பால் சேர்த்து கொதிக்க வைக்கவும்.
5. பிறகு ஒரு பாத்திரத்தை அடுப்பில் வைத்து 100 கிராம் நெய் விட்டு சூடாக்கி 2 கறிவடகத்தை உடைத்துப் போட்டு, கறிவடகம் சிவந்ததும், மேலே செய்து வைத்த கூட்டுக்கறியை அதில் போட்டு, கொத்தமல்லித்தழையையும் அதில் போட்டு கரண்டியால் நன்கு கிளறி இறக்கி பரிமாறவும்.

முருங்கைக்காய் சட்னி

தேவையான பொருட்கள்

முருங்கைக்காய்	- 50 துண்டுகள் (3 அங்குலம்)
காய்ந்த மிளகாய்	- 10
உளுத்தம் பருப்பு	- 50 கிராம்
தக்காளி	- 6 (நீளத்தில் அரிந்தது)

புளி	- கொஞ்சம்
நல்லெண்ணெய்	- தேவையான அளவு
பெருங்காயம்	- கொஞ்சம்
வெங்காயம் (சின்னது)	- 1 கைப்பிடி (பொடியாக அரிந்தது)
கடலைப்பருப்பு	- 10 கிராம்
கறிவேப்பிலை	- 6 இணுக்கு
கொத்தமல்லித்தழை	- கொஞ்சம் (அரிந்தது)
உப்பு	- தேவைக்கேற்ப
தண்ணீர்	- தேவையான அளவு

செய்முறை

1. முருங்கைக்காய்களை விரல் நீளத்திற்கு அரிந்து கழுவி, தேவையான தண்ணீர் ஊற்றி வேகவைத்து, குழைந்ததும், ஆறவைத்து, சதைப்பற்றை வழித்தெடுத்து தனியாக ஒரு பாத்திரத்தில் வைக்கவும்.
2. வாணலியில் 3 தேக்கரண்டி எண்ணெய் விட்டு காய்ந்ததும், காய்ந்தமிளகாய், உளுத்தம்பருப்பு, பெருங்காயம் இவற்றைத் தனித்தனியாக வறுத்து வைக்கவும்.
3. தக்காளியை வாணலியில் தனியாக சுருள வதக்கவும்.
4. அம்மியில் மிளகாய், புளி, உப்பு இவற்றை மைய அரைக்கவும்.
5. பிறகு உளுத்தம்பருப்பு, பெருங்காயம், தக்காளியை அதனுடன் சேர்த்து மசிய அரைக்கவும்.
6. அரைத்த விழுதையும், முருங்கைக்காய் விழுதையும் சேர்த்து ஒன்றாகக் கலந்து கலக்கி வைக்கவும்.
7. பிறகு வாணலியில் சிறிது எண்ணெய் ஊற்றி சூடானதும், கடலைப்பருப்பு போட்டு சிவக்க வறுக்கவும்.
8. சிவக்க வறுத்த பின் அதில் கடுகு போட்டு வெடித்ததும், வெங்காயம் போட்டு வதக்கி, மல்லித்தழைப் போட்டு வதக்கி, அதில் கலந்து வைத்த விழுதுகளை ஊற்றி தாளித்து சூடு ஏறும் முன்பாக இறக்கி பரிமாறவும்.

முருங்கைக்காய் உருளைக்கிழங்கு சப்ஜி

தேவையான பொருட்கள்

முருங்கைக்காய் - 1 கப் (தோல் சீவி நறுக்கியது)
உருளைக்கிழங்கு - 2 (பெரியதாக இருந்தால் 1 போதும்)
கடலைமாவு - கொஞ்சம்
வெங்காயம் - 2 (பொடியாக நறுக்கியது)

தக்காளி - 2 (பொடியாக நறுக்கியது)
பச்சைமிளகாய்- 4 (பொடியாக நறுக்கியது)
மஞ்சள் தூள் - கொஞ்சம்
கடுகு - தாளிக்க
எண்ணெய் - தாளிக்க
உப்பு - தேவைக்கேற்ப
தண்ணீர் - தேவையான அளவு

செய்முறை

1. உருளைக்கிழங்கை வேகவைத்து மசித்து வைத்துக்கொள்ளவும்.
2. முருங்கைக்காயையும் வேகவைத்து வைத்துக் கொள்ளவும்.
3. பிறகு வாணலியில் சிறிது எண்ணெய் ஊற்றி சூடானதும், வெங்காயம், தக்காளி, பச்சைமிளகாய் போட்டு வதக்கி, கடுகைப் போட்டு தாளிக்கவும்.
4. உடனே முருங்கைக்காய், உருளைக்கிழங்கு போட்டு கிளறி, மஞ்சள்தூள், உப்பு போட்டு கிளறவும்.
5. கடலைமாவைத் தேவையான தண்ணீரில் கரைத்து ஊற்றி ஒரு கொதி வந்ததும் இறக்கிவிடவும்.
6. சப்பாத்தி, பூரி, தோசைக்கு இதை தொட்டுக்கொள்ளலாம்.

முருங்கைக்காய் உருளைக்கிழங்கு கூட்டு

தேவையான பொருட்கள்

முருங்கைக்காய்	- 2
உருளைக்கிழங்கு	- 2
தேங்காய்த் துருவல்	- 2 மேசைக்கரண்டி
கடுகு	- 1/4 தேக்கரண்டி
மஞ்சள்தூள்	- 1/4 தேக்கரண்டி
மிளகாய்த்தூள்	- 1 தேக்கரண்டி
சீரகப்பொடி	- 1/2 தேக்கரண்டி
கறிவேப்பிலை	- 2 கொத்து
எண்ணெய்	- 1 மேசைக்கரண்டி
உப்பு	- தேவையான அளவு
தண்ணீர்	- 1 1/2 கப்

செய்முறை

1. முருங்கைக்காயை உரித்து 2 அங்குல அளவில் துண்டுகளாக்கவும்.
2. உருளைக்கிழங்கை தோல் உரித்து நீளவாக்கில் வெட்டி துண்டுகளாக்கவும்.
3. ஒரு வாணலியில் எண்ணெய் ஊற்றி காய்ந்ததும் அதில் கடுகு போட்டு பொரிந்ததும், மஞ்சள்தூள், மிளகாய்த்தூள், சீரகப்பொடி, கறிவேப்பிலை சேர்த்து நன்கு பிரட்டவும்.

4. இப்போது முருங்கைகாய் மற்றும் உருளைக்கிழங்கை சேர்த்து நன்கு கிளறவும்.
5. பிறகு இதில் உப்பு மற்றும் 1 1/2 கப் தண்ணீர் சேர்த்து சிறு தீயில் மெதுவாகக் கிண்டியபடி வேகவிடவும்.
6. நன்கு வெந்ததும் அதன் மீது தேங்காய்த் துருவலைத் தூவி உடனே பரிமாறவும்.

முருங்கைக்காய் முள்ளங்கி கடலைப்பருப்பு கிரேவி

தேவையான பொருட்கள்

முருங்கைக்காய்	- 2
முள்ளங்கி	- 200 கிராம்
கடலைப்பருப்பு	- 250 கிராம்
தேங்காய்	- 1/4 மூடி
வெங்காயம்	- 150 கிராம்
தக்காளி	- 150 கிராம்
பச்சை மிளகாய்	- 2
சோம்பு	- 2 தேக்கரண்டி
மஞ்சள்தூள்	- 1 தேக்கரண்டி
மிளகாய்த்தூள்	- 2 தேக்கரண்டி
தனியாத்தூள்	- 2 தேக்கரண்டி
உப்பு	- தேவையான அளவு
தண்ணீர்	- தேவையான அளவு

தாளிக்க

கடுகு	- கொஞ்சம்
கறிவேப்பிலை	- கொஞ்சம்
எண்ணெய்	- தேவையான அளவு

செய்முறை

1. ஒரு பாத்திரத்தில் எண்ணெய் ஊற்றி காய்ந்ததும் கடுகு போட்டு வெடித்ததும் சோம்பு, கறிவேப்பிலைப் போட்டு தாளித்து நறுக்கிய வெங்காயத்தைப் போட்டு வதக்கவும்.
2. பிறகு நறுக்கிய தக்காளி, பச்சை மிளகாய் சேர்த்து நன்கு வதக்கவும்.
3. முருங்கைக்காய் மற்றும் முள்ளங்கியை தேவையான அளவில் நறுக்கி இதனுடன் சேர்த்து வதக்கவும்.
4. கடலைப்பருப்பை ஊறவைத்து எடுத்து இதனுடன் சேர்த்து கிண்டவும்.

5. பிறகு மஞ்சள்தூள், மிளகாய்த்தூள், தனியாத்தூள் சேர்த்து தண்ணீர் விட்டு வேக விடவும்.
6. காய்கள் வெந்ததும், அரைத்து வைத்துள்ள தேங்காய் மற்றும் உப்பை இதனுடன் சேர்த்து கொதிக்க வைத்து இறக்கவும்.
7. இதை சாதத்துடன் கலந்து சாப்பிட நன்றாக இருக்கும்.

முருங்கைக்காய் சாம்பார் - 1

தேவையான பொருட்கள்

முருங்கைக்காய்	- 2
துவரம் பருப்பு	- 100 கிராம்
சின்ன வெங்காயம்	- 4 (நீளவாக்கில் நறுக்கியது)
பூண்டு	- 3 பல்
தக்காளி	- 2
கறிவேப்பிலை	- தாளிக்க
சீரகம்	- தாளிக்க
நெய் \ எண்ணெய்	- தாளிக்க
கொத்தமல்லித்தழை	- சிறிதளவு (பொடியாக நறுக்கியது)
உப்பு	- தேவையான அளவு
தண்ணீர்	- தேவையான அளவு

செய்முறை

1. முருங்கைக்காயை கழுவி நறுக்கி வைத்துக்கொள்ளவும்.
2. துவரம் பருப்பு, பூண்டு, தக்காளி ஆகியவற்றை தேவையான தண்ணீர் சேர்த்து வேகவைத்து, நன்கு கடைந்து வைக்கவும்.
3. பிறகு வாணலியில் நெய் விட்டு, சீரகம், கறிவேப்பிலை, சின்ன வெங்காயம் போட்டு தாளித்து, அதனுடன் நறுக்கி வைத்துள்ள முருங்கைக்காய்களைச் சேர்த்து, தேவையான அளவு தண்ணீர் சேர்த்து மூடி வேகவிடவும்.
4. வெந்த பிறகு இதனுடன் கடைந்து வைத்துள்ள பருப்பை சேர்த்து 10 நிமிடம் கொதிக்க விடவும்.
5. பிறகு உப்பு சேர்த்து இறக்கி, கொத்தமல்லிதழையைப் போட்டு மூடிவிடவும்.

முருங்கைக்காய் சாம்பார் - 2

தேவையான பொருட்கள்

முருங்கைக்காய்	- 2 (துண்டுகளாக்கியது)
துவரம் பருப்பு	- 50 கிராம்
சின்ன வெங்காயம்	- 10 (பாதி பொடியாக நறுக்கியது)
தக்காளி	- 2 (அரிந்தது)
புளி	- கொட்டைப் பாக்கு அளவு
சாம்பார் பொடி	- 1 தேக்கரண்டி
மஞ்சள் தூள்	- 1/4 தேக்கரண்டி
கடுகு	- 1/2 தேக்கரண்டி
சீரகம்	- 1/2 தேக்கரண்டி
கறிவேப்பிலை	- 1 இணுக்கு
பெருங்காயம்	- சிறிதளவு
பூண்டு	- 3 பல்
கொத்தமல்லித்தழை	- சிறிதளவு (பொடியாக நறுக்கியது)
எண்ணெய்	- 5 தேக்கரண்டி
உப்பு	- 3/4 தேக்கரண்டி
தண்ணீர்	- தேவையான அளவு

செய்முறை

1. துவரம் பருப்பை, மஞ்சள்தூள், பூண்டு தேவையான தண்ணீர் சேர்த்து வேக வைக்கவும்.
2. வேக வைத்த துவரம் பருப்புடன், 2 டம்ளர் தண்ணீர் விட்டு, முருங்கைக்காய், தக்காளி, முழுசாக இருக்கும் வெங்காயம் ஆகியவற்றை சேர்த்து வேக வைக்கவும்.
3. முருங்கைக்காய் சற்று வெந்ததும், அதில் சாம்பார் பொடி, உப்பு சேர்த்து, புளியைக் கரைத்து ஊற்றவும்.
4. பிறகு ஒரு வாணலியில் எண்ணெய் விட்டு காய்ந்ததும், கடுகு, சீரகம், பெருங்காயம், கறிவேப்பிலை போட்டு தாளித்து, வெட்டிய வெங்காயம் போட்டு வதக்கவும்.
5. வெங்காயம் வதங்கியதும், இதில் சாம்பாரை ஊற்றி கொதி வந்ததும் கொத்தமல்லித் தழை தூவி இறக்கவும்.

முருங்கைக்காய் சாம்பார் - 3 (கேரளா)

தேவையான பொருட்கள்

முருங்கைக்காய்	- 3
துவரம்பருப்பு	- 1 கப்
சின்ன வெங்காயம்	- 10

தக்காளி - 2
பச்சை மிளகாய் - 2
மஞ்சள் தூள் - 1/2 தேக்கரண்டி
புளி பெரிய நெல்லிக்காய் அளவு
சாம்பார் பொடி - 1 1/2 மேசைக்கரண்டி (பொதுவாக இதில் காய்ந்த மிளகாய்த்தூளும் பெருங்காயமும் இருக்கும்)
தேங்காய்த் துருவல் - 1/2 கப்
தேங்காய் எண்ணெய் - 6 தேக்கரண்டி (4+2)
கடுகு - 1 தேக்கரண்டி
காய்ந்த மிளகாய் - 2
கறிவேப்பிலை - 3 இணுக்கு
கொத்தமல்லித் தழை - கொஞ்சம்
உப்பு - 1 1/2 தேக்கரண்டி
தண்ணீர் - தேவையான அளவு

செய்முறை

1. முருங்கைக்காயை இரண்டங்குல துண்டுகளாக வெட்டி வைக்கவும்.
2. தக்காளியை பொடியாக நறுக்கிக் கொள்ளவும்.
3. புளியை தண்ணீர் ஊற்றி கரைத்துக் கொள்ளவும்.
4. துவரம் பருப்பபை குக்கரில் வைத்து வேகவைத்துக் கொள்ளவும்.
5. தேங்காய் துருவலை அரைத்து வைத்துக் கொள்ளவும்.
6. முருங்கைக்காய், தக்காளி, பாதி அளவு வெங்காயம், மஞ்சள்தூள், இரண்டாக அரிந்த பச்சை மிளகாய் ஆகியவற்றுடன் உப்பு சேர்த்து தேவையான அளவு தண்ணீர் ஊற்றி ஒரு பாத்திரத்தில் வேகவைக்கவும்.
7. முருங்கைக்காய் வெந்த பதத்திற்கு வந்ததும், அதனுடன் புளிக் கரைசலை சேர்த்து சில நிமிடங்கள் கொதிக்க வைக்கவும்.
8. ஒரு வாணலியில் 4 தேக்கரண்டி எண்ணெய் ஊற்றி காய்ந்ததும் அதில் மீதி வெங்காயத்தை அதில் போட்டு கிளறிக் கொண்டே வறுத்து ஆற வைக்கவும். நன்கு ஆறிய பின்பு இதை மிக்சியில் அரைத்துக் கொள்ளவும். இதனுடன் சாம்பார் பொடியை சேர்த்து சில சுற்றுக்கள் சுற்றவும்.
9. நன்கு கலந்ததும் இத்துடன் துவரம் பருப்பை சேர்த்து நன்கு கலக்கவும்.
10 இந்தக் கலவையை கொதித்துக் கொண்டிருக்கும் முருங்கைக்காயுடன் சேர்த்து கொதிக்க வைக்கவும்.

11. வாணலியில் மீதி இரண்டு தேக்கரண்டி தேங்காய் எண்ணெயை ஊற்றி காய்ந்ததும் கடுகு போட்டு வெடித்ததும், கறிவேப்பிலை மற்றும் கிள்ளிய காய்ந்த மிளகாய் சேர்த்து தாளித்து, இந்த தாளிப்பை சாம்பார் மேல் ஊற்றி இறக்கவும்.
12. இறக்கிய பின் அதன் மீது நறுக்கிய கொத்தமல்லித் தழையை தூவவும்.

முருங்கைக்காய் வெங்காய சாம்பார்

தேவையான பொருட்கள்

முருங்கைக்காய்	- 2 (துண்டுகளாக்கியது)
துவரம் பருப்பு	- 50 கிராம்
பெரிய வெங்காயம்	- 2 (நீளவாக்கில் நறுக்கியது)
தேங்காய்	- 4 மேசைக்கரண்டி (துருவியது)
புளி	- எலுமிச்சை அளவு
தனியா	- 2 மேசைக்கரண்டி
கடலைபருப்பு	- 2 மேசைக்கரண்டி
மிளகாய் வற்றல்	- 8
பெருங்காயம்	- சிறிதளவு
வெந்தயம்	- 1/2 தேக்கரண்டி
மஞ்சள்தூள்	- 1/2 தேக்கரண்டி
எண்ணெய்	- தேவைக்கு
கறிவேப்பிலை	- 1 இணுக்கு
கொத்தமல்லிதழை	- சிறிதளவு (பொடியாக நறுக்கியது)
உப்பு	- தேவையான அளவு
தண்ணீர்	- தேவையான அளவு
வெல்லம்	- 1 தேக்கரண்டி அளவு (தேவையானால்)
கடுகு	- 1/2 தேக்கரண்டி

செய்முறை

1. ஒரு கிண்ணம் அளவு தண்ணீரில் புளியை கரைத்து வைத்துக் கொள்ளவும்.
2. துவரம் பருப்பை தேவையான தண்ணீர் சேர்த்து வேக வைத்துக் கொள்ளவும்.
3. பிறகு ஒரு வாணலியில் சிறிது எண்ணெய் விட்டு காய்ந்ததும், தனியா, கடலைப்பருப்பு, மிளகாய் வற்றல், பெருங்காயம், இவற்றை பொன்னிறமாக வறுக்கவும்.

4. அவற்றுடன் தேங்காய் துருவலையும் சேர்த்து நன்றாக அரைத்துக் கொள்ளவும்.
5. பிறகு வாணலியில் எண்ணெய் விட்டு காய்ந்ததும், கடுகு தாளித்து வெடித்தவுடன், வெந்தயம் போடவும்.
6. பிறகு வெட்டிய வெங்காயம் போட்டு வதக்கவும்.
7. வதங்கிய பிறகு முருங்கைக்காய் துண்டுகளையும், மஞ்சள் தூளையும் போட்டு கிளறி, காய் வேகும் அளவு தண்ணீர் விட்டு வேக வைக்கவும்.
8. காய் வெந்த பின் புளி கரைசலைக் கொட்டவும்.
9. பின் உப்பு சேர்க்கவும்.
10. புளி வாசனை போன பிறகு, அரைத்த விழுதையும், வேக வைத்த பருப்பையும் குழம்பில் கொட்டி, கட்டியில்லாமல் கிளறவும்.
11. சாம்பார் நன்றாக கொதித்ததும் கறிவேப்பிலை, கொத்தமல்லித்தழை கிள்ளி போடவும்.
12. தேவையானால் ஒரு தேக்கரண்டி அளவு வெல்லம் சேர்த்துக் கொள்ளலாம்.

முருங்கைக்காய் குழம்பு

தேவையான பொருட்கள்

முருங்கைக்காய்	- 4
வெங்காயம்	- 1 (பொடியாக நறுக்கியது)
தக்காளி	- 1 (நறுக்கியது)
எண்ணெய்	- 1 1/2 மேசைக்கரண்டி
உப்பு	- தேவையான அளவு
தண்ணீர்	- 1 1/2 கப்

மசாலாவிற்கு

தேங்காய் துருவல்	- 1 கப்
தனியா	- 1 மேசைக்கரண்டி
சீரகம்	- 1 தேக்கரண்டி
கரம் மசாலாத்தூள்	- 1/2 மேசைக்கரண்டி
மிளகாய்த்தூள்	- 1 1/2 மேசைக்கரண்டி
மஞ்சள்தூள்	- 1/4 தேக்கரண்டி
புளிக்கரைசல்	- 1 மேசைக்கரண்டி

செய்முறை

1. முருங்கைக்காயை மேல்தோல் உரித்து 2 அங்குலத் துண்டுகளாக வெட்டிக் கொள்ளவும்.

2. மசாலாவிற்கு என்று இருப்பவை அனைத்தையும் சன்னமான விழுதாக அரைத்துக்கொள்ளவும்.
3. ஒரு குக்கரில் எண்ணெய் ஊற்றி காய்ந்ததும் வெங்காயத்தைப் போட்டு பொன்னிறமாக வறுத்துக்கொள்ளவும்.
4. அதில் மசாலா விழுதைப் போட்டு நன்கு பிரட்டவும்.
5. இப்போது தக்காளி மற்றும் முருங்கைக்காய் துண்டுகளைப் போட்டு நன்கு கிளறவும்.
7. நன்கு கிளறியதும் அதில் 1 1/2 கப் தண்ணீர் மற்றும் உப்பு சேர்த்து மெதுவாக கிண்டிக் கொண்டே சிறு தீயில் வேகவிடவும்.
8. நன்கு வெந்ததும் சூடாக சாதத்திற்குப் பரிமாறவும்.

முருங்கைக்காய் குழம்பு (இலங்கை)

தேவையான பொருட்கள்

முருங்கைக்காய்	- 6
சிறிய வெங்காயம்	- 20
பச்சை மிளகாய்	- 8
தேங்காய் பிழிந்த கெட்டிப் பால்	- 1 கப்
இரண்டாந்தடவை பிழிந்த தேங்காய்ப்பால்	- 1 கப்
மிளகாய்ப் பொடி மற்றும் தனியா கலந்தது	- 2 மேசைக்கரண்டி
புளி	- சுவைக்கேற்ப
நெய் (அல்லது) தேங்காய் எண்ணெய்	- போதிய அளவு பொரிப்பதற்கு
உப்பு	- சுவைக்கேற்ப

செய்முறை

1. முருங்கைக்காயை கழுவி 2 அங்குலத் துண்டங்களாக்கி வாணலியில் பொரித்து எடுக்கவும்.
2. சிறிய வெங்காயம் மற்றும் பச்சை மிளகாய் ஆகியவற்றை முழுதாகப் பொரித்து எடுக்கவும்.
3. ஒரு பாத்திரத்தில் பொரித்த முருங்கைக்காய், சிறிய வெங்காயம் மற்றும் பச்சை மிளகாய் ஆகியவற்றுடன் இரண்டாவது தடவைப் பிழிந்த தேங்காய்ப்பால், மிளகாய்ப் பொடி (தனியா கலந்தது), புளிக் கரைசல் மற்றும் உப்பு ஆகியவற்றைப் போட்டு நன்றாகக் கொதிக்க விடவும்.

4. முருங்கைக்காய் அவிந்து வாசனை வந்ததும் கெட்டி தேங்காய்ப்பாலை சேர்த்து வேகவிடவும்.
5. சில நிமிடங்கள் வெந்ததும் இறக்கவும்.

முருங்கைக்காய் பொரித்த குழம்பு

தேவையான பொருட்கள்

முருங்கைக்காய் துண்டுகள்	- 20
துவரம் பருப்பு	- 1 கப்
தேங்காய் மூடி	- 1 (துருவியது)
பொட்டுக்கடலைமாவு	- 1 மேசைக்கரண்டி
காய்ந்தமிளகாய்	- 2
உளுத்தம்பருப்பு	- 2 தேக்கரண்டி
மிளகு	- 1/2 தேக்கரண்டி
சீரகம்	- 2 தேக்கரண்டி
கடுகு	- 1/2 தேக்கரண்டி
மஞ்சள்பொடி	- ஒரு சிட்டிகை
பெருங்காயம்	- கொஞ்சம்
கறிவேப்பிலை	- தாளிக்க
நெய் / எண்ணெய்	- தாளிக்க
உப்பு	- தேவையான அளவு
தண்ணீர்	- தேவையான அளவு

செய்முறை

1. முருங்கைக்காயை கழுவி வைத்துக்கொள்ளவும்.
2. துவரம்பருப்பை வேகவைத்துக் கொள்ளவும்.
3. தேங்காயை அரைத்து பால் எடுத்து வைக்கவும்.
4. காய்ந்தமிளகாய், உளுத்தம்பருப்பு, மிளகு, சீரகம் ஆகியவற்றைத் தனித்தனியாக வறுத்து ஒன்று சேர்த்து சன்னமாகப் பொடி பண்ணி வைக்கவும்.
5. ஒரு பாத்திரத்தில் 5 கப் தண்ணீர் ஊற்றி கொதிக்கவைத்து, கொதி வந்தவுடன் முருங்கைக்காய், மஞ்சள் பொடி, உப்பு முதலியவற்றைப் போடவும்.
6. பிறகு துவரம் பருப்பு, தேங்காய்ப்பால், பொட்டுக்கடலைமாவு, சன்னமாக அரைத்த பொடி, கறிவேப்பிலை முதலியவற்றைப் போட்டு, கொதித்தவுடன் இறக்கவும்.
7. பிறகு வாணலியில் நெய் விட்டு, கடுகு, பெருங்காயம் தாளித்து குழம்பில் கொட்டி மூடவும்.

முருங்கைக்காய் தயிர் குழம்பு

தேவையான பொருட்கள்

முருங்கைக்காய்	- 3 (3 அங்குல துண்டுகளாக்கியது)
புளித்த தயிர்	- 2 கப்
கடலைமாவு	- 2 மேசைக்கரண்டி
பூண்டு	- 4 பல் (பொடியாக வெட்டியது)
இஞ்சி	- 1/2 அங்குல அளவு (துருவியது)
மிளகாய்த்தூள்	- 3/4 தேக்கரண்டி
மஞ்சள்தூள்	- 1/4 தேக்கரண்டி
பெருங்காயம்	- 1 சிட்டிகை
வெல்லம்	- 2 மேசைக்கரண்டி
உப்பு	- தேவையான அளவு
தண்ணீர்	- 2 கப்
கொத்தமல்லித்தழை	- கொஞ்சம் (சிறுதுண்டுகளாக வெட்டியது)

தாளிக்க

கடுகு	- 1 தேக்கரண்டி
வெந்தயம்	- 1/2 தேக்கரண்டி
கறிவேப்பிலை	- தாளிக்க
எண்ணெய்	- 2 மேசைக்கரண்டி

செய்முறை

1. தயிர், தண்ணீர், கடலைமாவு இவை மூன்றையும் ஒன்றாக சேர்த்து நன்கு கலக்கி அடித்துக் கொள்ளவும்.
2. பிறகு பூண்டு, இஞ்சி, மிளகாய்த்தூள், மஞ்சள்தூள், பெருங்காயம், வெல்லம், உப்பு ஒன்றாகக் கலக்கிக் கொள்ளவும்.
3. பிறகு வாணலியில் எண்ணெய் விட்டு காய்ந்ததும், கடுகு, வெந்தயம் போட்டு, அவை பொரிந்ததும், கறிவேப்பிலை சேர்த்து தாளித்து தயிர் குழம்பில் கொட்டவும்.
4. பிறகு முருங்கைக்காயைப் போட்டு, கிண்டிக்கொண்டே கொதிக்க விடவும்.
5. பிறகு முருங்கைக்காய் நன்கு வேகும் வரை இளம் சூட்டில் சூடாக்கவும்.
6. அடுப்பிலிருந்து இறக்கியதும் கொத்தமல்லித்தழையை மேலே தூவவும்.
7. சாதம், சப்பாத்திக்கு நன்றாக இருக்கும்.

முருங்கைக்காய் வத்தக் குழம்பு

தேவையான பொருட்கள்

முருங்கைக்காய்	- 2 (துண்டுகளாக்கியது)
மஞ்சள் பொடி	- 2 தேக்கரண்டி
மிளகாய்ப் பொடி	- 2 தேக்கரண்டி
சாம்பார் பொடி	- 2 தேக்கரண்டி
புளிக்கரைசல்	- 1/2 கப்
உப்பு	- தேவையான அளவு

வதக்கி அரைக்க

வெங்காயம்	- 1
தக்காளி	- 1
பூண்டு	- 10 பற்கள்

தாளிக்க

கடுகு	- 1/4 தேக்கரண்டி
வெந்தயம்	- 1/4 தேக்கரண்டி
சோம்பு	- 1/4 தேக்கரண்டி
பெருங்காயம்	- சிறிது
கறிவேப்பிலை	- சிறிது
நல்லெண்ணெய்	- 60 (50 + 10) மி.லி.

செய்முறை

1. வாணலியில் 50 மி.லி. நல்லெண்ணெய் விட்டு சூடாக்கி, தாளிக்கும் பொருட்களை சேர்த்து தாளித்து, முருங்கைக்காய் துண்டுகளை சேர்த்து வதக்கவும்.
2. பிறகு இதனுடன் மஞ்சள் பொடி, மிளகாய்ப் பொடி, சாம்பார் பொடி, புளிக்கரைசல், உப்பு சேர்த்து கிளறவும்.
3. வதக்கி அரைக்கும் பொருட்களை எண்ணெயில் வதக்கி, விழுதாக அரைத்து குழம்புடன் சேர்த்து கொதிக்கவிடவும்.
4. நன்கு கொதித்த பிறகு, அதன் மேலே 10 மி.லி. நல்லெண்ணெய் சேர்த்து, கலந்து, இறக்கி பரிமாறவும்.

முருங்கைக்காய் புளிக் குழம்பு

தேவையான பொருட்கள்

முருங்கைக்காய்	- 2
சின்ன வெங்காயம்	- 1 கப்
தக்காளி	- 2
புளி	- எலுமிச்சம்பழ அளவு

மஞ்சள்தூள்	- 1/4 தேக்கரண்டி
உப்பு	- தேவையான அளவு
தண்ணீர்	- தேவையான அளவு

தாளிக்க

கடுகு	- 1/2 தேக்கரண்டி
வெந்தயம்	- 1/2 தேக்கரண்டி
எண்ணெய்	- 2 மேசைக்கரண்டி

அரைக்க

சின்ன வெங்காயம்	- 6
தேங்காய் துருவல்	- 1 மேசைக்கரண்டி
பூண்டு	- 4 பல்
காய்ந்த மிளகாய்	- 6
தனியா	- 1 மேசைக்கரண்டி
சீரகம்	- 1/2 தேக்கரண்டி
பொட்டுக்கடலை	- 2 தேக்கரண்டி
கொத்தமல்லித்தழை	- கொஞ்சம்
எண்ணெய்	- 2 தேக்கரண்டி

செய்முறை

1. வெங்காயத்தை தோல் நீக்கி இரண்டாக நறுக்கவும்.
2. முருங்கைக்காயை இரண்டங்குல துண்டுகளாக நறுக்கவும்.
3. அரைக்க கொடுத்துள்ள பொருள்களில் காய்ந்த மிளகாய், தனியா, சீரகம் மூன்றையும் ஒரு வாணலியில் முதலில் சிறிது எண்ணெய் விட்டு தனியாக வறுத்துக்கொள்ளவும்.
4. மீதமுள்ள எண்ணெயில், அரைக்கக் கொடுத்துள்ள மற்ற பொருள்களை எல்லாம் போட்டு நன்றாக வதக்கிக்கொள்ளவும்.
5. வறுத்து வைத்துள்ள காய்ந்த மிளகாய், தனியா, சீரகம் ஆகியவற்றை முதலில் அரைத்துக்கொண்டு (கொங்கு நாட்டு பழக்கப்படி அம்மியில் அல்லது ஆட்டுக்கல்லில் அரைத்தால் குழம்பு மிகவும் ருசியாக இருக்கும்). பிறகு அத்துடன் மற்ற பொருள்களையும் சேர்த்து அரைத்துக்கொள்ள வேண்டும்.
6. புளியை இரண்டு கப் தண்ணீரில் கரைத்து வடிகட்டவும்.
7. அரைத்து வைத்திருக்கும் விழுதை இந்தப் புளிக் கரைசலில் போட்டு கரைத்துக்கொள்ளவும்.
8. வாணலியில் எண்ணெய் காயவைத்து, கடுகு, வெந்தயம் தாளித்து சின்ன வெங்காயம் சேர்த்து வதக்கவும்.
9. பிறகு அதில் முருங்கைக்காய் துண்டுகளைப் போட்டு வதக்கவும்.

10. நன்கு வதங்கியதும், அதில் தக்காளி சேர்த்து வதக்கி அதில் உப்பு போட்டு நன்கு கிளறவும்.
11. பிறகு இதில் புளிக் கரைசலை சேர்த்து, பச்சை வாசனைப் போக கொதிக்க விட்டு இறக்கவும்.

முருங்கைக்காய் கடலைமாவு கெட்டிக் குழம்பு

தேவையான பொருட்கள்

முருங்கைக்காய் - 3 (துண்டுகளாக்கியது)
கடலைமாவு - 1 கப்
பெருங்காயம் - 2 சிட்டிகை
மிளகாய்த்தூள் - 1 தேக்கரண்டி
மஞ்சள்தூள் - 1/4 தேக்கரண்டி
சீரகத்தூள் - 1 தேக்கரண்டி
மல்லித்தூள் - 1 தேக்கரண்டி
புளித் தண்ணீர் - 1/4 கப்
வெல்லம் - 1/4 கப்
எண்ணெய் - 4 மேசைக்கரண்டி
உப்பு - தேவையான அளவு
தண்ணீர் - 2 1/2 கப்

செய்முறை

1. முருங்கைக்காயை, குக்கரில் வேகவைத்து தனியாக வைக்கவும்.
2. பிறகு வாணலியில் எண்ணெய் விட்டு காய்ந்ததும், பெருங்காயம் போட்டு அரை நிமிடம் கழித்து, கடலைமாவு, உப்பு சேர்க்கவும்.
3. பிறகு மிளகாய்த்தூள், மஞ்சள்தூள், சீரகத்தூள், மல்லித்தூள் சேர்த்து வறுக்கவும்.
4. இந்தக் கலவை இளஞ்சிவப்பு நிறமாக மாறி வாசனை கமகமக்கும் வரை வறுக்கவும்.
5. உடனே தண்ணீர் கலந்து நன்கு கிளறவும்.
6. ஏதேனும் கட்டிகள் இருந்தால் உடைத்து விடவும்.
7. பிறகு வெல்லத்தையும், புளித் தண்ணீரையும் சேர்த்து, இந்தக் கலவை கெட்டியாக வரும் வரை கிளறிக்கொண்டே இருக்கவும்.
8. பிறகு வெந்த முருங்கைக்காய் துண்டுகளை இதனுடன் சேர்த்து நன்கு கிளறவும்.
9. சப்பாத்திக்கு நன்றாக இருக்கும்.

முருங்கைக்காய் கத்தரிக்காய் காரக் குழம்பு

தேவையான பொருட்கள்

முருங்கைக்காய்	- 3
கத்தரிக்காய்	- 200 கிராம்
தக்காளி	- 100 கிராம்
சின்னவெங்காயம்	- 2 கையளவு
புளி	- 1 எலுமிச்சம் பழ அளவு
மஞ்சள்தூள்	- 1/2 தேக்கரண்டி
தனியாத்தூள்	- 1/2 தேக்கரண்டி
மிளகாய்த்தூள்	- 1/2 தேக்கரண்டி
கொத்தமல்லித் தழை	- கொஞ்சம்
உப்பு	- தேவையான அளவு
தண்ணீர்	- தேவையான அளவு
தேங்காய்த் துருவல்	- 1 கப் (விருப்பப்பட்டால் சேர்க்கவும் இல்லை என்றால் தேவையில்லை)

தாளிக்க

எண்ணெய்	- தேவையான அளவு
கடுகு	- கொஞ்சம்
கறிவேப்பிலை	- 2 கொத்து

செய்முறை

1. முருங்கைக்காயை இரண்டங்குல துண்டுகளாக வெட்டி வைக்கவும்.
2. தக்காளி, கத்தரிக்காய் ஆகியவற்றை நறுக்கி வைக்கவும்.
3. புளியை முக்கால் டம்ளர் தண்ணீர் விட்டு தடிமனாக கரைத்துக் கொள்ளவும்.
4. ஒரு கடாயில் எண்ணெய் விட்டு காய்ந்ததும், கடுகு போட்டு பொரிந்ததும் கொஞ்சம் கறிவேப்பிலை போட்டு தாளித்து அதில் சாம்பார் வெங்காயத்தைப் போட்டு வதக்கவும்.
5. பிறகு வெட்டி வைத்த தக்காளியைப் போட்டு வதக்கவும்.
6. நன்கு வதங்கியதும், அதில் கத்தரிக்காய் மற்றும் முருங்கைக்காய் துண்டுகளைப் போட்டு நன்கு பிரட்டவும்.
7. பிறகு ஒரு டம்ளர் தண்ணீர் ஊற்றி, மஞ்சள்தூள், தனியாத்தூள், மிளகாய்த்தூள் சேர்த்து கொதிக்க விடவும்.
8. இது இரண்டு கொதி வரும் போது புளிக் கரைசலை இதில் கொட்டி கிண்டவும்.
9. வாசனை வரும்போது கொத்தமல்லித் தழை, கறிவேப்பிலை சேர்த்து இறக்கவும்.
10. மேலும் சுவைக்கூட்ட விரும்பினால், கொதிக்கும் போது தேங்காயை அரைத்து ஊற்றிக்கொள்ளலாம்.

முருங்கைக்காய் மொச்சைக் குழம்பு

தேவையான பொருட்கள்

முருங்கைக்காய்	- 2
மொச்சைக் கொட்டை	- 100 கிராம்
சின்ன வெங்காயம்	- 150 கிராம்
தக்காளி	- 150 கிராம்
புளி	- எலுமிச்சை அளவு
இஞ்சி	- சிறிய துண்டு
தனியா தூள்	- 1/2 தேக்கரண்டி
மஞ்சள்தூள்	- 1/2 தேக்கரண்டி
மிளகாய்த்தூள்	- 1/2 தேக்கண்டி
உப்பு	- தேவையான அளவு
தண்ணீர்	- தேவையான அளவு

தாளிக்க

கடுகு	- கொஞ்சம்
வெந்தயம்	- கொஞ்சம்
கறிவேப்பிலை	- கொஞ்சம்
காய்ந்த மிளகாய்	- 2
நல்லெண்ணெய்	- தேவையான அளவு

செய்முறை

1. மொச்சைக் கொட்டையை சுமார் ஆறு அணி நேரம் ஊற வைத்து, வேகவைத்துக் கொள்ளவும்.
2. முருங்கைக்காயை இரண்டு அங்குல அளவு துண்டுகளாக நறுக்கிக்கொள்ளவும்.
3. தக்காளி, வெங்காயத்தை நறுக்கிக்கொள்ளவும்.
4. புளியை கரைத்து வைத்துக்கொள்ளவும்.
5. ஒரு வாணலியில் நல்லெண்ணெய் விட்டு காய்ந்ததும், கடுகு போட்டு பொரிந்ததும் வெந்தயம், கறிவேப்பிலை, காய்ந்த மிளகாய் போட்டு தாளித்துக்கொள்ளவும்.
6. தாளிப்பில் வெங்காயம், தக்காளி போட்டு வதக்கி அதில் முருங்கைக்காய் துண்டுகளை சேர்த்து நன்கு வதக்கவும்.
7. பிறகு வெந்த மொச்சைக் கொட்டையையும் சேர்த்து நன்கு பிரட்டவும்.
8. அதில் புளி கரைசலை ஊற்றவும்.
9. கொதி வரும்போது அதில் தனியாதூள், மஞ்சள் தூள், மிளகாய்த்தூள், உப்பு சேர்த்து கொதிக்க விட்டு குழம்பு தடிமன் பதத்திற்கு வந்ததும் இறக்கவும்.

முருங்கைக்காய் கோப்தா பாஜி

தேவையான பொருட்கள்

முருங்கைக்காய்	- 12 துண்டுகள் (2 அங்குலம் மேல் தோல் சீவியது)
பாசிப்பருப்பு	- 1/2 கப்
கடலைமாவு	- 1/4 கப்
பச்சைமிளகாய்	- 2
இஞ்சி	- 1/2 அங்குல அளவு (துருவியது)
மஞ்சள்தூள்	- 1/4 தேக்கரண்டி
பெருங்காயத்தூள்	- 1 சிட்டிகை
எண்ணெய்	- வறுப்பதற்கு தேவையான அளவு
உப்பு	- தேவையான அளவு
தண்ணீர்	- தேவையான அளவு

குழம்புக்கு

வெங்காயம்	- 1/2 கப் (அரிந்தது)
பூண்டு	- 4 பல் (பொடியாக வெட்டியது)
தக்காளி	- 1/2 கிலோ (கூழாக்கியது)
கொத்தமல்லித்தழை	- 1/2 கப் (பொடியாக நறுக்கியது)
மிளகாய்த்தூள்	- 1 தேக்கரண்டி
மிளகாய், இஞ்சி விழுது	- 1 மேசைக்கரண்டி
கரம் மசாலா தூள்	- 1/2 தேக்கரண்டி
புதினா இலை	- 1 கொத்து (பொடியாக நறுக்கியது)
நெய்	- 1/4 கப்
உப்பு	- தேவையான அளவு

செய்முறை

1. பாசிப்பருப்பை 2 அணி நேரம் ஊறவைத்து, பச்சைமிளகாய், இஞ்சியுடன் சேர்த்து நைசாக மைய அரைத்துக்கொள்ளவும்.
2. இதனுடன் உப்பு, மஞ்சள் தூள், பெருங்காயத்தூள், கடலைமாவு சேர்த்து நன்றாகக் கிளறவும்.
3. இதில் கழுவிய முருங்கைக்காய் துண்டுகளைப் போட்டு மூழ்க வைக்கவும்.
4. நன்றாக முக்கி எடுத்த முருங்கைக்காய் துண்டுகளை எண்ணெயில் முறுகலாக வறுத்து எடுத்து வைக்கவும்.
5. வாணலியை அடுப்பில் வைத்து நெய் ஊற்றி சூடாக்கி வெங்காயத்தைப் போட்டு இளஞ்சிவப்பு நிறமாகும்வரை வதக்கவும்.
6. பிறகு பூண்டைப் போட்டு ஒரு நிமிடம் வதக்கவும்.

7. பிறகு தக்காளிக்கூழ் மற்றும் கொத்தமல்லித்தழை, மிளகாய்த்தூள், மிளகாய், இஞ்சி விழுது, கரம் மசாலா தூள், புதினா இலை, உப்பு போட்டு, 1 கப் தண்ணீர் ஊற்றி 5 நிமிடங்கள் கொதிக்க வைக்கவும்.
8. குழம்பு வெந்த வாசனை வந்ததும், அதில் வறுத்து வைத்த முருங்கைக்காயை சேர்த்துக் கிளறி பரிமாறவும்.

முருங்கைக்காய் கத்தரிக்காய் பச்சடி

தேவையான பொருட்கள்

முருங்கைக்காய்	- 2 (நறுக்கியது)
கத்தரிக்காய்	- 100 கிராம் (நறுக்கியது)
துவரம்பருப்பு	- 50 கிராம்
வெங்காயம்	- 1 (நறுக்கியது)
தக்காளி	- 1 (நறுக்கியது)
சாம்பார் பொடி	- 3/4 தேக்கரண்டி
புளி	- கோலிகுண்டு அளவு
உப்பு	- 1/2 தேக்கரண்டி
தண்ணீர்	- தேவைக்கு

தாளிக்க

எண்ணெய்	- 4 தேக்கரண்டி
கடுகு	- 1 தேக்கரண்டி
உளுத்தம்பருப்பு	- 1 தேக்கரண்டி
பெருங்காயம்	- சிறிது
கறிவேப்பிலை	- 1 இணுக்கு

செய்முறை

1. பருப்பை தேவையான தண்ணீர் ஊற்றி வேக வைத்து எடுக்கவும்.
2. முருங்கைக்காய், கத்தரிக்காய், வெங்காயம், தக்காளி ஆகியவைகளை வெந்த பருப்புடன் சேர்த்து, 1 டம்ளர் தண்ணீர் விட்டு வேக விடவும்.
3. காய்கள் வெந்ததும் சாம்பார் பொடி, உப்பு சேர்த்து புளியை கரைத்து விடவும்
4. வாணலியில் எண்ணெய் விட்டு காய்ந்ததும் கடுகு, உளுத்தம்பருப்பு, பெருங்காயம் போட்டு பொரிந்ததும் கறிவேப்பிலை போட்டு வதக்கி வெந்த காயில் கொட்டிக் கிளறி இறக்கவும்.

முருங்கைக்காய் தீயல் (மலையாள சமையல்)

தேவையான பொருட்கள்

முருங்கைக்காய்	- 1 (நறுக்கியது)
கத்தரிக்காய்	- 1 (நறுக்கியது)
புடலங்காய் (சிறியது)	- 1 (நறுக்கியது)
உருளைக்கிழங்கு	- 1 (நறுக்கியது)
தக்காளி	- 1 (நறுக்கியது)
தேங்காய் மூடி	- 1 (துருவியது)
மிளகாய் வற்றல்	- 3
தனியா	- 1 தேக்கரண்டி
மிளகு	- 6
மஞ்சள் துண்டு	- 1 சிறியது
புளி	- பாக்களவு
வெல்லம்	- பாக்களவு
கறிவேப்பிலை	- 1 இணுக்கு
கடுகு	- 1/2 தேக்கரண்டி
வெந்தயம்	- 1/2 தேக்கரண்டி
தேங்காய் எண்ணெய்	- தாளிக்க
உப்பு	- 1/2 தேக்கரண்டி
தண்ணீர்	- தேவைக்கு

செய்முறை

1. வாணலியில் எண்ணெய் விட்டுக் காய்ந்ததும் மிளகாய் வற்றல், தனியா, மிளகு, மஞ்சள் ஆகியவற்றை தனித்தனியாக வறுத்து அவற்றுடன் தேங்காய் துருவலை சேர்த்து சற்று கரகரப்பாக அரைக்கவும்.
2. புளியை 1 கரண்டி தண்ணீரில் நனைத்து வைக்கவும்.
3. ஒரு பாத்திரத்தில் 1/2 டம்ளர் தண்ணீர் விட்டு அடுப்பில் வைக்கவும்.
4. தண்ணீர் கொதிக்கும் போது காய்கள், உப்பு சேர்க்கவும்.
5. பிறகு தக்காளியை சேர்க்கவும்.
6. காய்கள் சற்று வெந்த பின் புளி, அரைத்த விழுது ஆகியவற்றை அதனுடன் சேர்க்கவும்.
7. மேலும் கொதித்து சற்று கெட்டியான பின் தீயலை அடுப்பிலிருந்து இறக்கி, அதில் கடுகு, வெந்தயம், கறிவேப்பிலை ஆகியவற்றை தேங்காய் எண்ணெய்யில் தாளித்து கொட்டி மூடி வைக்கவும்.

முருங்கைக்காய் காய்கறி கூட்டு
(சஜ்னே தாந்தர் சர் சோரி - பெங்காலி சமையல்)

தேவையான பொருட்கள்

முருங்கைக்காய்	*- 4 (3 அங்குல துண்டுகளாக நறுக்கியது)*
கத்தரிக்காய்	*- 2 (1 அங்குல துண்டுகளாக நறுக்கியது)*
புடலங்காய் (சிறியது)	*- 1/4 கிலோ (குறுக்காக நறுக்கி பின் 1 அங்குல துண்டுகளாக்கியது)*
உருளைக்கிழங்கு	*- 2 (தோல் சீவி, 4 அங்குல துண்டுகளாக நறுக்கியது)*
பரங்கிக்காய்	*- 1 கீற்று (தோல் சீவி 1 அங்குல துண்டுகளாக நறுக்கியது)*
முள்ளங்கி	*- 1 (தோல் சீவி 1 அங்குல துண்டுகளாக நறுக்கியது)*
வெங்காயம்	*- 1 (நீளவாக்கில் பொடியாக நறுக்கியது)*
மிளகாய்த்தூள்	*- 1/2 தேக்கரண்டி*
மஞ்சள்தூள்	*- 1/2 தேக்கரண்டி*
சீரகம்	*- 1 தேக்கரண்டி*
கடுகு	*- 1 தேக்கரண்டி*
கடுகு எண்ணெய்	*- 1/4 கப்*
உப்பு	*- தேவைக்கு*
தண்ணீர்	*- தேவைக்கு*
பான்ச் ஃபரோன் மசாலா பவுடர்	*- 1 தேக்கரண்டி*

(பான்ச் ஃபரோன் மசாலா பவுடர் என்பது மிளகு, சீரகம், கருஞ்சீரகம், சோம்பு, வெந்தயம் ஆகிய ஐந்தையும் சம அளவு எடுத்து கலந்து, ஒரு நாள் வெயிலில் வைத்து உலர்த்தி, அனைத்தையும் வறுத்து, பொடித்தது. இதை ஆற வைத்து காற்றுப் புகாத பாட்டிலில் அடைத்து 15 நாட்கள் வரை உபயோகப்படுத்தலாம்)

செய்முறை

1. *சீரகத்தை விழுதாக அரைக்கவும்.*
2. *கடுகை விழுதாக அரைக்கவும்.*
3. *வாணலியில் எண்ணெய் விட்டு காய்ந்ததும் பான்ச் ஃபரோன் மசாலா போட்டு வதக்கவும்.*

4. பிறகு உருளைக்கிழங்கை சேர்க்கவும்.
5. பிறகு புடலங்காய், முள்ளங்கி சேர்த்துக் கிளறி 5 நிமிடம் மூடிவைத்து வேகவிடவும்.
6. அடுத்து மிளகாய்த்தூள், மஞ்சள் தூள், சீரக விழுது, கடுகு விழுது, உப்பு சேர்த்து வதக்கவும்.
7. அடுத்து மீதி உள்ள காய்கறிகளை சேர்த்து வதக்கி 5 நிமிடம் மூடிபோட்டு வேகவிடவும்.
8. நீர் நன்றாக வற்றியதும் இறக்கி பரிமாறவும்.

◇◇

முருங்கைக்காய் கடுகு கூட்டு
(சஜ்னே சோர் சே - பெங்காலி சமையல்

தேவையான பொருட்கள்

முருங்கைக்காய்	- 12 (3 அங்குல துண்டுகளாக நறுக்கியது)
கடுகு	- 1/4 கப்
வெங்காயம்	- 1 (நறுக்கியது)
பச்சைமிளகாய்	- 6 (நீளவாக்கில் இரண்டாக அரிந்தது)
மிளகாய்த்தூள்	- 1 தேக்கரண்டி
மஞ்சள் தூள்	- 1 தேக்கரண்டி
கருஞ்சீரகம்	- 1/2 தேக்கரண்டி
கடுகு எண்ணெய்	- 2 தேக்கரண்டி
உப்பு	- தேவைக்கு
தண்ணீர்	- தேவைக்கு

செய்முறை

1. கடுகை விழுதாக அரைக்கவும்.
2. வாணலியில் எண்ணெய் விட்டு காய்ந்ததும், கருஞ்சீரகத்தை சேர்க்கவும்.
3. படபடப்பு அடங்கியதும் முருங்கைக்காய், கடுகு விழுது, வெங்காயம், பச்சைமிளகாய், மிளகாய்த்தூள், மஞ்சள்தூள், உப்பு சேர்த்து நன்றாக வதக்கவும்.
4. அனைத்தும் நன்றாக வதங்கி, எண்ணெய் மேல் பகுதிக்கு வரும்வரை வதக்கி, சிறிது நீர் சேர்த்து, நன்கு கிளறிய பின் இறக்கி பரிமாறவும்.

◇◇

விண்டலு (Vindaloo)

தேவையான பொருட்கள்

முருங்கைக்காய்	- 3
வெங்காயம்	- 1
தக்காளி	- 1
எண்ணெய்	- 1 மேசைக்கரண்டி
கறிவேப்பிலை	- கொஞ்சம்
உப்பு	- தேவையான அளவு
தண்ணீர்	- தேவையான அளவு

மசாலாவிற்கு

காஷ்மீர் மிளகாய்	- 4
சீரகம்	- 1/4 தேக்கரண்டி
பூண்டு	- 3 பல்
இஞ்சி	- 1 துண்டு
புளி	- நெல்லிக்காய் அளவு
மஞ்சள்தூள்	- 1 சிட்டிகை

செய்முறை

1. முருங்கைக்காய்களை மேல் தோல் உரித்து பெரிய துண்டுகளாக வெட்டி, ஒரு பாத்திரத்தில் தண்ணீர் ஊற்றி உப்பு போட்டு இரண்டு நிமிடங்கள் வேக வைக்கவும்.
2. மசாலாவிற்கு உள்ளவை அனைத்தையும் ஒன்றாகச் சேர்த்து நன்கு நைசாக அரைத்துக்கொள்ளவும்.
3. தக்காளியையும் கறிவேப்பிலையையும் பொடியாக நறுக்கிக் கொள்ளவும்.
4. வெங்காயத்தை சன்னமாக சீவிக் கொள்ளவும்.
5. ஒரு வாணலியில் எண்ணெய் ஊற்றி காய்ந்ததும் வெங்காயத்தைப் போட்டு பொன்னிறமாக வறுத்துக்கொள்ளவும்.
6. அதனுடன் மசாலாவைப் போட்டு மசாலாவின் நறுமணம் வரும்வரை வறுக்கவும்.
7. இப்போது நறுக்கிய தக்காளி மற்றும் கறிவேப்பிலையைப் போட்டு கிளறவும்.
8. பிறகு அதில் வேகவைத்த முருங்கைச் சதைப் பற்றை போட்டு நன்கு கிளறவும்.
9. பிறகு அதில் ஒரு கப் தண்ணீரும், உப்பும் சேர்த்து சிறு தீயில் வேகவிடவும்.
10. நன்கு வெந்ததும் சாதத்துடன் சேர்த்துப் பரிமாறவும்.

முருங்கைக்காய் ஊறுகாய் - 1

தேவையான பொருட்கள்

முருங்கைக்காய் - 10
சின்ன வெங்காயம் - 100 கிராம்
பூண்டு - 50 கிராம்
புளி - 50 கிராம்
மிளகாய்த்தூள் - தேவையான அளவு
பெருங்காயம் - தேவையான அளவு
சீரகம் - தேவையான அளவு
வெந்தயப்பொடி - தேவையான அளவு
உப்பு - தேவையான அளவு

தாளிக்க

கடுகு - தேவையான அளவு
கறிவேப்பிலை - தேவையான அளவு
எண்ணெய் - தேவையான அளவு

செய்முறை

1. முருங்கைக்காய்களை துண்டுகளாக்கி, மிதமாக வேக வைத்து சதைப்பற்றை கரண்டியால் சுரண்டி எடுத்து தனியாக வைக்கவும்.
2. சின்ன வெங்காயம், பூண்டு இரண்டையும் அம்மியில் தட்டி வைக்கவும்.
3. புளியைத் தேவையான அளவு தண்ணீர் ஊற்றிக் கரைத்து, கரைசலாக எடுத்து வைக்கவும்.
4. ஒரு வாணலியில் எண்ணெய் ஊற்றி காய்ந்ததும், கடுகு, கறிவேப்பிலைப் போட்டு தாளித்துக்கொள்ளவும்.
5. தட்டி வைத்த வெங்காயம், பூண்டை அதில் போட்டு வதக்கவும்.
6. நன்கு வதங்கியதும், முருங்கைக்காய் சதைப்பற்றை அதில் போட்டு நன்கு கிளறவும்.
7. பிறகு அதில் புளிக்கரைசலை ஊற்றி, மிளகாய்ப் பொடியை சேர்த்து நன்றாக கொதிக்க வைக்கவும்.
8. நன்கு கொதித்தும் அதில் சீரகம், வெந்தயப் பொடி, பெருங்காயம் சேர்த்து ஒரு கொதி வந்ததும் இறக்கி வைக்கவும்.
9. இது 10 நாட்கள் வரை கெடாமல் இருக்கும். ஃப்ரிட்ஜில் வைத்தால் பல நாட்கள் வரை வைத்திருந்து உபயோகிக்கலாம்.

முருங்கைக்காய் ஊறுகாய் - 2

தேவையான பொருட்கள்

முருங்கைக்காய்	- 1 கிலோ
கடுகு	- 10 கிராம்
வெந்தயம்	- 8 கிராம்
மஞ்சள் தூள்	- 8 கிராம்
மிளகாய்த்தூள்	- 100 கிராம்
பெருங்காயம்	- 2 கிராம்
எண்ணெய்	- 640 மி.லி.
வினிகர்	- 320 மி.லி.
உப்பு	- 56 கிராம்

செய்முறை

1. முருங்கைக்காய்களை துண்டுகளாக்கி, மூன்று நிமிடம் வேக வைத்துக்கொள்ள வேண்டும்.
2. வெந்தயத்தையும், பெருங்காயத்தையும் லேசாக வறுத்து பொடியாக்கிக் கொள்ளவும்.
3. ஒரு வாணலியில் எண்ணெய் ஊற்றி காய்ந்ததும் கடுகு போட்டு தாளித்துக் கொள்ளவும்.
4. பிறகு முருங்கைக்காய் துண்டுகளை அதில் போட்டு நன்கு கிளறவும்.
5. முருங்கைக்காய் நன்றாக வதங்கியவுடன், அதனுடன் உப்பு, மிளகாய்த்தூள், மஞ்சள்தூள், வெந்தயம் மற்றும் பெருங்காயம் சேர்த்து கலக்க வேண்டும்.
6. பிறகு முருங்கைக்காயை 10 நிமிடம் வதக்கியவுடன் வினிகர் ஊற்றி, ஐந்து நிமிடம் நன்றாகக் கிளறி இறக்கி வைத்து விடவேண்டும்.
7. ஊறுகாய் நன்றாக ஆறியவுடன் பாதுகாப்பான பாட்டிலில் அடைத்து வைத்து தேவைப்படும் போது எடுத்து பயன்படுத்தலாம்.

முருங்கைக்காய் ஊறுகாய் - 3

தேவையான பொருட்கள்

முருங்கைக்காய்	- 6
மிளகாய்த்தூள்	- 1 1/2 தேக்கரண்டி
வெந்தயப் பொடி	- 2 தேக்கரண்டி
தனியாப்பொடி	- 1 தேக்கரண்டி

கடுகு எண்ணெய்	- 1 1/2 தேக்கரண்டி
உப்பு	- 1 1/2 தேக்கரண்டி
தண்ணீர்	- தேவையான அளவு
மஞ்சள் தூள்	- 8 கிராம்
கடுகு	- 10 கிராம்

செய்முறை

1. முருங்கைக்காய்களை சிறு சிறு துண்டுகளாக்கி, உப்பு கலந்த தண்ணீரில் ஆறு நிமிடம் வேக வைத்துக்கொள்ள வேண்டும்.
2. பிறகு அதை ஒரு தட்டில் கொட்டி வெயிலில் சில நாட்கள் நன்றாக காயவைக்கவும்.
3. ஒரு வாணலியில் எண்ணெய் ஊற்றி காய்ந்ததும் கடுகு போட்டு தாளித்து முருங்கைக்காய் துண்டுகளை அதில் போட்டு நன்கு கிளறவும்.
4. பிறகு அதனுடன் மிளகாய்த்தூள், மஞ்சள்தூள், வெந்தயத்தூள் மற்றும் தனியாத்தூள் சேர்த்து நன்கு கலக்க வேண்டும்.
5. பிறகு முருங்கைக்காய் மற்றும் மசாலாப் பொருள்கள் நன்கு கலந்ததும் நன்றாக கிளறி இறக்கி வைத்து விடவேண்டும்.
6. ஊறுகாய் நன்றாக ஆறியவுடன் பாதுகாப்பான பாட்டிலில் அடைத்து வைத்து தேவைப்படும் போது எடுத்து பயன்படுத்தலாம்.

முருங்கைக்காய் மாங்காய் ஊறுகாய்

தேவையான பொருட்கள்

முருங்கைக்காய்	- 3/4 கிலோ
மாங்காய்	- 1/4 கிலோ
மிளகாய்த்தூள்	- 200 கிராம்
வெந்தயத்தூள்	- 5 கிராம் (வறுத்தது)
பெருங்காயத்தூள்	- 10 கிராம்
நல்லெண்ணெய்	- 250 மி.லி.
உப்பு	- 200 கிராம்

செய்முறை

1. முருங்கைக்காய்களை 5 செ.மீ. நீளத்துண்டுகளாக வெட்டிக்கொள்ளவும்.
2. மாங்காயைத் துண்டுகளாக வெட்டிக் கொள்ளவும்.
3. ஒரு ஜாடியில் முருங்கைக்காய் மற்றும் மாங்காய்த் துண்டுகளைப் போட்டு, உப்பைத் தூவி நன்கு குலுக்கி, ஒரு வாரம் வெய்யிலில் வைக்கவும்.

4. ஜாடியை தினசரி 2 தடவைகள் நன்கு குலுக்கி உப்பு கரையும்படி செய்யவும்.
5. பிறகு மிளகாய்த்தூள், வெந்தயத்தூள், பெருங்காயத்தூள் கலந்து ஜாடியில் போட்டு கலந்து அதன் மேல் நன்கு சூடாக்கப்பட்ட நல்லெண்ணெயை ஊற்ற வேண்டும்.
6. ஊறுகாயின் மேல் நல்லெண்ணெய் மிதக்கும்படி இருக்க வேண்டும்.

முருங்கைக்காய் வற்றல்

தேவையான பொருட்கள்

முருங்கைக்காய்	- 5
பொட்டாசியம் மெட்டா	
பைசல்பைட்	- 1 கிராம்
தண்ணீர்	- 200 மி.லி.

செய்முறை

1. முருங்கைக்காய்களை 5 செ.மீ. நீளத்துண்டுகளாக வெட்டிக் கொள்ளவும்.
2. பொட்டாசியம் மெட்டா பைசல்பைட்டை தண்ணீரில் கரைத்துக் கொள்ளவும்.
3. இந்தக் கரைசலில் முருங்கைக்காய்களை 10 நிமிடம் போட்டு எடுத்து அகன்ற தட்டில் வைத்து நன்கு உலர்த்தி பாட்டிலில் எடுத்து வைக்கவும்.
4. அவ்வப்போது வெளியில் எடுத்து உலர்த்தி பாட்டிலில் அடைக்கவும்.
5. தேவையான போது சாம்பார் மற்றும் குழம்புகளில் சேர்த்துக் கொள்ளலாம்.

முருங்கைக்காய் முருங்கைக்கீரை பிரியாணி

தேவையான பொருட்கள்

முருங்கைக்காய்	- 1/2 கிலோ
முருங்கைக் கீரை	- 1/2 கிலோ
அரிசி	- 1 கிலோ
வெங்காயம்	- 1/2 கிலோ
தக்காளி	- 1/2 கிலோ
எலுமிச்சம் பழம்	- 3
இஞ்சி விழுது	- 1 மேசைக்கரண்டி

பூண்டு விழுது	- 1 மேசைக்கரண்டி
தயிர்	- 1 மேசைக்கரண்டி
மஞ்சள்தூள்	- 1 தேக்கரண்டி
கரம் மசாலாதூள்	- 1 மேசைக்கரண்டி
வரமிளகாய்த்தூள்	- 1 மேசைக்கரண்டி
பச்சை மிளகாய்	- 4
பட்டை	- கொஞ்சம்
கிராம்பு	- கொஞ்சம்
பிரிஞ்சி இலை	- கொஞ்சம்
ஸ்டார் அன்னாச்சி பூ	- கொஞ்சம்
பெரிய கிராம்பு	- கொஞ்சம்
சோம்பு	- 1 தேக்கரண்டி
ஏலக்காய்	- 1 தேக்கரண்டி
கடல்பாசி	- 2 மேசைக்கரண்டி
கொத்தமல்லித்தழை	- ஒரு கையளவு
புதினா தழை	- ஒரு கையளவு
கடலை எண்ணெய்	- 4 மேசைக்கரண்டி
உப்பு (கல்)	- தேவையான அளவு
தண்ணீர்	- 1 1/2 லிட்டர்

செய்முறை

1. முருங்கைக்காயை மேல்தோல் உரித்து 2 அங்குலத்துண்டுகளாக நறுக்கி வைக்கவும்.
2. கொத்தமல்லித்தழை, புதினா தழையை நறுக்கி வைக்கவும். பச்சை மிளகாயை கீறி வைக்கவும்.
3. எலுமிச்சம்பழத்தை பிழிந்து சாறு எடுத்து வைக்கவும்.
4. வெங்காயம், தக்காளி தனித்தனியே நறுக்கி வைக்கவும்.
5. அடுப்பில் அகலமான பிரியாணி பாத்திரத்தை வைத்து எண்ணெய் ஊற்றி சூடானதும் பட்டை, கிராம்பு, பிரிஞ்சி இலை, சோம்பு, ஸ்டார் அன்னாச்சி பூ, பெரிய கிராம்பு, ஏலக்காய், கடல்பாசி ஆகிய அனைத்து வாசனைப் பொருள்களையும் போட்டு வதக்கவும்.
6. பிறகு வெங்காயத்தை அதில் சேர்த்து வதக்கவும்.
7. பொன்னிறமாக வதங்கியதும் அதில் முருங்கைக்காய் துண்டுகளை சேர்த்து வேக விடவும். முருங்கைக்காயின் நிறம் வெளுப்பாக மாறும் வரை கிளறிவிட்டுக் கொண்டே இருக்கவும்.
8. பிறகு பூண்டு விழுதை சேர்த்துக் கிளறவும்.

9. பிறகு அதில் மஞ்சள் தூள், கரம் மசாலாதூள், வரளகாய்த்தூள் சேர்த்து நன்கு கிளறவும்.
10. பிறகு அதில் தக்காளி சேர்த்து வதங்கும் வரை கிளறவும்.
11. பிறகு பச்சை மிளகாய், கொத்தமல்லித்தழை, புதினாதழை சேர்த்துக் கிளறவும்.
12. பிறகு அதில் இஞ்சி விழுது சேர்த்து நன்கு கிளறவும்.
13. அடுத்து அதில் தயிர் சேர்த்துக் கிளறவும்.
14. பிறகு அதில் எலுமிச்சம்பழச்சாறு சேர்த்து கிளறவும்.
15. அடுத்ததாக அதில் கழுவிய முருங்கைக் கீரையை சேர்த்து நன்றாக கிளறவும். அத்துடன் கல் உப்பு கொஞ்சம் சேர்த்து நன்கு கிளறவும்.
16. பிறகு அதில் தேவையான அளவு தண்ணீர் ஊற்றி கொதிக்கவிடவும்.
17. நன்கு கொதிக்கும் போது அரிசியும் கொஞ்சம் கல் உப்பும் (தேவையென்றால்) சேர்த்து வேகவிடவும்.
18. சாதம் முக்கால் அளவு வெந்ததும் மூடி போட்டு மூடியின் மேலும் நெருப்பைக் கொட்டி தம் போடவும்.
19. தம் போட்டு முடிந்ததும் சாதத்தை நன்கு கிளறி உதிரி உதிரியாக்கவும்.
20. பிரியாணி தயார்.

முருங்கை விதைக் கூட்டு

தேவையான பொருட்கள்

முருங்கை விதை	- தேவையான அளவு (பச்சையான முற்றிய காய்களில் இருந்து எடுத்தது)
துவரம்பருப்பு	- 100 கிராம்
பாசிப்பருப்பு	- 100 கிராம்
கடலைப்பருப்பு	- 5 தேக்கரண்டி
வெங்காயம்	- 1 கைப்பிடி (பொடியாக அரிந்தது)
தக்காளி	- 3 (அரிந்தது)
மஞ்சள் தூள்	- 1/2 தேக்கரண்டி
நல்லெண்ணெய்	- 3 தேக்கரண்டி
கடுகு	- 1 தேக்கரண்டி
உளுத்தம்பருப்பு	- 10 கிராம்
கறிவேப்பிலை	- சிறிது
கொத்தமல்லித்தழை	- சிறிது (அரிந்தது)
உப்பு	- தேவைக்கேற்ப
தண்ணீர்	- தேவையான அளவு

செய்முறை

1. பச்சையாக உள்ள நன்கு முற்றிய முருங்கைக்காய்களில் இருந்து பிரித்தெடுத்த விதைகளையும், துவரம்பருப்பு, பாசிப்பருப்பு, மஞ்சள்தூள், உப்பு மற்றும் தேவையான அளவு தண்ணீர் ஊற்றி கலவையை வேகவைக்கவும்.
2. வாணலியில் எண்ணெய் ஊற்றி சூடானதும், கடலைப்பருப்பு போட்டு சிவக்க வறுத்து, வெங்காயம், தக்காளி போட்டு வதக்கவும்.
3. பிறகு இதில் கடுகு, உளுத்தம்பருப்பு, கறிவேப்பிலை போட்டு தாளித்து, வேகவைத்த கலவையை ஊற்றி நன்கு கலந்து, கடைசியில் கொத்தமல்லித்தழையைப் போட்டு ஒரு பிரட்டு பிரட்டி இறக்கவும்.

முருங்கை விதை

முருங்கை விதையில் மனிதனுக்கு நன்மைத் தரும் பல்வேறு வேதிப்பொருள்கள் உள்ளன. முருங்கை விதையில் இருந்து முருங்கை விதை எண்ணெய் எடுக்கலாம். இது பென் ஆயில் என்று அழைக்கப்படுகிறது. இந்த எண்ணெய் மஞ்சள் நிறத்தில் இருக்கும்.

இந்த எண்ணெய் எடுப்பதற்கு முருங்கை விதையின் எடையில் 10% தண்ணீர் சேர்த்து மிதமான சூட்டில் 10 முதல் 15 நிமிடம் வரை சூடாக்க வேண்டும். சூடுபடுத்தும் போது விதையின் நிறம் மாறாதவாறு கவனித்துக் கொள்ள வேண்டும். பிறகு இதை எண்ணெய் பிழியும் இயந்திரத்தில் கொடுத்து முருங்கை எண்ணெய் இதிலிருந்து பிரித்தெடுக்கலாம்.

பதினோரு கிலோ முருங்கை விதையில் இருந்து இரண்டரை லிட்டர் அளவுக்கு முருங்கை எண்ணெய் கிடைக்கும். இதனை சுத்திகரித்தால், இனிப்புச் சுவையுடன் கூடிய தெளிவான எண்ணெய் கிடைக்கும். முருங்கை எண்ணெய் மக்கும் தன்மையற்றதாக இருப்பதால் இதை நீண்ட நாட்களுக்கு தரம் குறையாமல் சேமித்து வைக்க முடியும். முருங்கை எண்ணெயானது ஆலிவ் எண்ணெயை விட, தனது தனிப்பட்ட சிறப்பு குணநலன்களால் உணவு தயாரிப்பில் முத்திரை பதிக்கிறது. அதிக வெப்பநிலையிலும் இதன் தன்மை மாறாமல் இருக்கும். மேலும் இந்த எண்ணெயில் 13% நிறைவுற்ற கொழுப்பு அமிலமும் (Saturated Fatty Acid), 82% நிறைவுறாத கொழுப்பு அமிலமும் (Unsaturated Fatty Acid) உள்ளன. மற்ற தாவர எண்ணெய்களை விட அதிக அளவு உடலுக்கு நன்மை செய்யும் நிறைவுறாத கொழுப்பு அமிலங்களில் ஒன்றான ஒலியிக் அமிலம் இதில் உள்ளது. அதனால் எல்லாவிதமான சமையலுக்கும், உடல் ஆரோக்கியத்திற்கும் இந்த எண்ணெய் மிகவும் ஏற்றது.

முருங்கை விதை எண்ணெய் ஒட்டும் தன்மை உடையதால் இதை இயந்திரங்களில் உராய்வு நீக்கியாகவும், கைக்கடிகாரங்கள் தயாரிப்பின் போதும் பயன்படுத்துகின்றனர். முருங்கை விதை எண்ணெயானது ஆவியாகும் தன்மையுடைய பொருள்களை உறிஞ்சி தக்கவைத்துக் கொள்ளும் தன்மையுடையதாக இருப்பதால் வாசனை திரவியங்கள், குளியல் சோப்பு போன்ற பல்வேறு பொருள்கள் தயாரிக்கப் பயன்படுத்தப்படுகிறது.

முருங்கை விதையிலிருந்து எண்ணெய் எடுத்தபின் கிடைக்கப்பெறும் விதைப் புண்ணாக்கில் அதிக அளவு புரதச்சத்து உள்ளது. இப்புரதத்தில் உள்ள ஒரு வேதிப்பொருள் திரவங்களில் உள்ள பரவு வகை கூழ்மங்களைச் சமநிலைப்படுத்தும் தன்மைக் கொண்டது அதனால் இவ்வேதிப் பொருள் எண்ணெய் தூய்மைப் படுத்துதல் தொழிலிலும், பழச்சாரில் இருந்து நார்ச்சத்தினைப் பிரித்தெடுக்கும் தொழிலிலும், மதுபான தொழிற்சாலைகளிலும் பயன்படுத்தப்படுகிறது.

மாசுபட்ட தண்ணீரை சுத்தப்படுத்த முருங்கை விதை

முருங்கை விதையினை தண்ணீரைச் சுத்திகரிக்கவும் பயன்படுத்தலாம். தற்போது தண்ணீரை சுத்திகரிக்கப் பயன்படுத்தப்படும் 'ஆலம்' (*Alum*) என்கின்ற வேதிப்பொருளுக்கு மாற்றாக முருங்கை விதைத் தூளைப் பயன்படுத்தலாம். சூடான், இந்தோனேஷியா போன்ற நாடுகளில் நீண்ட காலமாகவே, தண்ணீரை சுத்தப்படுத்த முருங்கை விதைத் தூளை பயன்படுத்தும் வழக்கம் உள்ளது.

முருங்கைக்காயை மரத்திலேயே நன்கு காயவிட்டு, முழுமையாக உலர்ந்த பிறகு, விதைகளை மட்டும் தனியாக பிரித்தெடுத்து, விதையின் மேல் உள்ள வெண்ணிற இழையினை நீக்கிய பின் விதையினை நன்கு அரைத்து தூளாக்க வேண்டும். ஒரு லிட்டர் தண்ணீருக்கு, 50 முதல் 150 கிராம் அளவுக்கு முருங்கை விதைத்தூள் தேவை. இந்த விதைத் தூளை மாசுப்பட்ட தண்ணீருடன் சேர்த்து, ஒரு துடுப்பு கொண்டு 30 வினாடிகள் வேகமாகவும், அதன் பிறகு 5 நிமிடத்திற்கு மெதுவாகவும் நன்றாகக் கலக்கி விட வேண்டும். பிறகு ஒரு மணி நேரம் எந்த அசைவுமின்றி அப்படியே வைக்க வேண்டும்.

முருங்கை விதைத் தூள் தண்ணீரில் உள்ள பாக்டீரியாக்கள் மீது மிக வேகமாக படர்ந்து, 90 முதல் 99 சதவீத பாக்டீரியாக்களை அகற்றி விடும். இந்நிலையில் தண்ணீரில் உள்ள கசடுகள் மற்றும் தூசுகள் பாத்திரத்தின் அடிப்பாகத்தில் படிந்து விடும். அதன் பிறகு வடிகட்டுதலின் மூலம் தூய்மையான தண்ணீரைப் பெறலாம்.

இதற்கு மாற்றாக இவ்விதைகளை ஒரு சுத்தமான துணிப்பையில் வைத்து முடிச்சிட்டு மாசுப்பட்ட தண்ணீரில் மூழ்கியவாறு 12 மணி நேரம் வைக்க வேண்டும். இவ்விதை மூலம் மாசுப்பட்ட தண்ணீரைச் சுத்திகரிக்கும் போது 99% கூழகங்கள் பிரித்தெடுக்கப்பட்டு, சுத்திகரிக்கப்பட்ட நீர் சுத்தமானதாகவும், தெளிவானதாகவும் காணப்படும்.

நகர்ப்புறங்களில் 10,000 குடும்பங்களுக்குத் தேவையான நீரைச் சுத்தப்படுத்த சுமார் 1,000 கிலோ விதைப் புண்ணாக்கு தேவைப்படுகிறது. மேலும் எண்ணெய் பிரித்தெடுக்கப்பட்ட முருங்கை விதைப் புண்ணாக்கினைப் பயன்படுத்தி தண்ணீர் தொட்டிகளில் பாசி வளர்வதை 98% வரைத் தடுக்கலாம். தண்ணீரைச் சுத்தப்படுத்தும் போது மீதம் அடியில் தங்கியுள்ள பாசியில் 46% புரதச்சத்து அடங்கியுள்ளது. எனவே இவ்வாறு அடியில் தங்கும் பாசியை எடுத்து மாடு, கோழி பன்றி ஆகியவற்றிற்கு தீவனமாக உபயோகப்படுத்தலாம். ஒரு எக்டர் கொள்ளளவு கழிவுநீரில் இருந்து 80 மெட்ரிக் டன் அளவு உலர்ந்த பாசியினைப் பெற இயலும்.

பருப்பு வகைகளை சேமிக்கும் போது பூச்சிகள் தாக்காமல் பாதுகாக்க இரசாயன பூச்சிக்கொல்லிகளையே தற்போது உபயோகிக்கிறார்கள். இதற்கு மாற்றாக நச்சுத் தன்மையற்ற முருங்கை விதையை காயவைத்து பொடியாக்கி பருப்புடன் கலந்து வைக்கலாம்.

முருங்கை விதையை எண்ணெயில் வறுத்து சிற்றுண்டியாகவும் சாப்பிடலாம்.

முருங்கை விதையை கூட்டு செய்தும் சாப்பிடலாம்.

முருங்கை விதையின் மருத்துவ குணங்கள்

விந்தணுக்களின் எண்ணிக்கை அதிகரிக்க

முற்றிய முருங்கை விதைகளை காயவைத்து லேசாக நெய்யில் வதக்கி பொடியாக்கி, பசும்பாலில் கலந்து சாப்பிட்டு வந்தால் ஆண்களுக்கு விந்தணுக்களின் எண்ணிக்கையும், செயல் திறனும் அதிகரிக்கும்.

தாம்பத்திய உறவு பிரச்சனைகளுக்கு

முருங்கை விதை	- 100 கிராம்
முள்ளங்கி விதை	- 25 கிராம்
பூசணி விதை	- 25 கிராம்
நெருஞ்சில் விதை	- 25 கிராம்
வால் மிளகு	- 25 கிராம்
இலவங்கப்பட்டை	- 25 கிராம்
அக்ராகாரம்	- 25 கிராம்
ஜாதிக்காய்	- 25 கிராம்
குரோசாணி ஓமம்	- 25 கிராம்
இலவங்கம்	- 25 கிராம்

ஜாதிபத்திரி	- 25 கிராம்
சுக்கு	- 25 கிராம்
ஏலக்காய்	- 25 கிராம்

செய்முறை

மேற்கண்ட அனைத்துப் பொருட்களையும் ஒன்றாகச் சேர்த்து பொடி செய்து கொள்ள வேண்டும். ஆண்கள் தினமும் 2 கிராம் அளவுக்கு பாலுடன் கலந்து சாப்பிட்டு வர, தாம்பத்திய உறவு பிரச்சனைகளுக்கு நல்ல பலன் கிடைக்கும்.

தாம்பத்திய உறவு பிரச்சனைகளுக்கு இன்னொரு முறை

முருங்கை விதை	- 100 கிராம்
சீந்தில் கொடி	- 100 கிராம்
மதன் காமப்பூ	- 100 கிராம்
பரங்கிசக்கை	- 100 கிராம்
ஓமம்	- 40 கிராம்

செய்முறை

சீந்தில் கொடியை சுத்தம் செய்து மிகச் சிறிய துண்டுகளாக நறுக்கி, இதனுடன் மற்ற சரக்குகளையும் ஒன்று சேர்த்து ஐந்து நாட்கள் வெயிலில் உலர்த்த வேண்டும். நன்றாக உலர்ந்த பின் அவற்றை மிகவும் நைசாக பொடியாக அரைத்து சல்லடை மூலம் சலித்துக்கொள்ள வேண்டும்.

சலித்த பொடியை காலையில் ஒரு தேக்கரண்டி மற்றும் இரவில் ஒரு தேக்கரண்டி என ஒரு மாத காலம் தொடர்ந்து பசும்பாலுடன் சேர்த்து உட்கொள்ள வேண்டும்.

முருங்கைப்பூ

முருங்கைப்பூ

முருங்கைப்பூவை வதக்கி சாப்பிடலாம். நாவின் சுவையின்மையை மாற்றும் தன்மை கொண்டது முருங்கைப்பூ.

முருங்கைப்பூவை பாலில் வேகவைத்து அந்தப் பாலை வடிகட்டி சாப்பிட்டு வந்தால் கண்கள் குளிர்ச்சி பெறும், ஆண்மை பெருகும், போக நேரமும் அதிகரிக்கும்.

முருங்கைப்பூவை நிழலில் உலர்த்திப் பொடி செய்து அதனுடன் பனைவெல்லம் கலந்து பானமாக அருந்தி வந்தால் நரம்புகள் புத்துணர்ச்சி பெறுவதுடன் உடலும் வலுவடையும், பெண்களுக்கு கர்ப்பப்பை வலுப் பெறும்.

முருங்கைப்பூவை தேங்காய் எண்ணெயில் பொரித்து, ஆறிய எண்ணெய்யை மூக்கில் சிறிது விட மூக்கடைப்பு குறையும்.

நாள்பட்ட வயிற்றுவலிக்கு

முருங்கைப் பூ	- 1 கைப்பிடி
முற்றிய பிரண்டை	- 100 கிராம்
கொப்பரைத் தேங்காய்	- 100 கிராம்

மூன்றையும் நன்றாக இடித்து, பிட்டு அவியல் செய்து, பிழிந்து சாறு எடுத்துச் சாப்பிட்டு வர, நாள்பட்ட வயிற்றுவலி குணமாகும்.

இதயம் பலம் பெற

முருங்கைப்பூவை அவித்து உணவோடு சேர்த்து தொடர்ந்து உண்டு வர நல்ல பலன் கிடைக்கும்.

மேலும் முருங்கைப்பூவின் மருத்துவ உபயோகம் பற்றி ஒரு சித்த மருத்துவப் பாடல் மிகத் தெளிவாக சொல்கிறது. அப்பாடல் பின்வருமாறு :

விழி குளிரும் பித்தம் போம் வீறருசி யேகும்
அழிவிந்துவும் புஷ்டியாகும் - எழிலார்
ஒருங்கை யகலா கற்புடை வாணகையே!
முருங்கையின் பூவை மொழி!

இதன் பொருள் :

விழி குளிரும் - கண்களுக்கு குளிர்ச்சி தரும்.

பித்தம் போம் - பித்தம் சம்பந்தப்பட்ட நோய்கள் தீரும்.

வீறருசி யேகும் - ருசியின்மையைப் போக்கும்.

அழிவிந்துவும் புஷ்டியாகும் - வீரியம் குறைந்த விந்துக்களை வீரியமாக்கும்.

சுகப்பிரசவத்திற்கு முருங்கைப் பூ கஷாயம்

தேவையான பொருட்கள்

முருங்கைப் பூ - 1 கிண்ணம்
சோம்பு - 1 மேசைக்கரண்டி
காய்ந்த திராட்சை - 1 மேசைக்கரண்டி
தண்ணீர் - தேவையான அளவு

செய்முறை

1. ஒரு வாணலியில் சோம்பை நன்கு வெடிக்கும் அளவுக்கு வறுத்துக்கொள்ளவும்
2. அதில் ஒரு லிட்டர் தண்ணீர் ஊற்றவும்.
3. பிறகு அதில் முருங்கைப் பூவையும் காய்ந்த திராட்சையையும் சேர்க்கவும்.
4. இது நன்கு வற்றி அரைக் கப் அளவுக்கு வரும் வரை கொதிக்க விடவும்.
5. இதை நிறைமாத கர்ப்பிணிக்கு பிரசவ வலியின் போது குடிக்க கொடுக்கவும். உண்மையான பிரசவ வலி எனில் சுலபமாக பிரசவம் ஆகும். வலியானது பொய் வலி என்றால் உடனே நின்றுவிடும்.

முருங்கைப் பூ சூப்

தேவையான பொருட்கள்

முருங்கைப்பூ - 2 கைப்பிடி
புளி - சிறிய எலுமிச்சம் பழ அளவு
தக்காளி - 1 (பொடியாக நறுக்கியது)
துவரம்பருப்பு - 2 தேக்கரண்டி
ரசப்பொடி - 2 தேக்கரண்டி
உப்பு - தேவையான அளவு
தண்ணீர் - தேவையான அளவு

தாளிக்க

மிளகுத்தூள் - 1 தேக்கரண்டி
சீரகம் - 1/2 தேக்கரண்டி
நெய் / எண்ணெய் - 1 தேக்கரண்டி

செய்முறை

1. துவரம்பருப்பை நன்கு வேகவைத்து, சிறிதளவு தண்ணீரில் கரைத்து தனியாக வைக்கவும்.

2. ஒரு பாத்திரத்தில் புளியை சிறிதளவு தண்ணீரில் கரைத்துக் கொள்ளவும்.
3. அதில் முருங்கைப்பூ, தக்காளி, ரசப்பொடி கலந்து, தேவையான அளவு தண்ணீர் ஊற்றி, நன்கு கொதிக்க வைக்கவும்.
4. ஒரு வாணலியில் நெய் ஊற்றி சூடானதும், சீரகம், மிளகு போட்டு தாளித்து, இந்த தாளிதத்தையும், பருப்புக் கரைசல், உப்பு ஆகியவற்றையும் கொதிக்க வைத்த கலவையில் சேர்க்கவும்.
5. இதை சூப்பாகவும், சாதத்துடன் கலந்தும் பயன்படுத்தலாம்.

முருங்கைப் பூ சூப் - 2

தேவையான பொருட்கள்

முருங்கைப்பூ	- 1 கப்
வெங்காயம்	- 1 (பொடியாக நறுக்கியது)
மிளகுத்தூள்	- 1 தேக்கரண்டி
சீரகத்தூள்	- 1 தேக்கரண்டி
இந்துப்பு	- தேவையான அளவு

அரைக்க

தக்காளி	- 2 (நறுக்கியது)
பூண்டு	- 6 பல் (நறுக்கியது)
இஞ்சி	- சிறிய துண்டு (நறுக்கியது)
மல்லித்தழை	- கொஞ்சம்
கறிவேப்பிலை	- கொஞ்சம்
தண்ணீர்	- தேவையான அளவு

தாளிக்க

காய்ந்த மிளகாய்	- 1 (கிள்ளியது)
கடுகு	- 1/2 தேக்கரண்டி
மஞ்சள்தூள்	- 1 தேக்கரண்டி
பெருங்காயத்தூள்	- 1 தேக்கரண்டி
எண்ணெய்	- 1 தேக்கரண்டி

செய்முறை

1. அரைக்க வேண்டிய பொருள்களை தேவையான தண்ணீர் சேர்த்து அரைத்து வைக்கவும்.
2. ஒரு வாணலியை அடுப்பில் வைத்து, எண்ணெய் ஊற்றி சூடானதும், வெங்காயம், முருங்கைப்பூவை சேர்த்து வதக்கி வைக்கவும்.
3. பிறகு வாணலியை அடுப்பில் வைத்து, எண்ணெய் ஊற்றி

சூடானதும், கடுகு போட்டு பொரிந்ததும், மிளகாய் போட்டு வறுத்து, அதில் அரைத்து வைத்த பொருள்களையும், இந்துப்பையும் சேர்த்து கொதிக்க வைக்கவும்.

4. கொதி வந்ததும், சீரகத்தூள், மிளகுத்தூள், பெருங்காயத்தூள் சேர்த்து கொதிக்க விடவும். நன்கு கொதித்ததும் இதை வடிக்கட்டி வைக்கவும்.
5. வடிக்கட்டிய சாற்றில் கொஞ்சம் எடுத்து, வதக்கிய முருங்கைப்பூ, வெங்காயத்துடன் சேர்த்து நன்கு வேகும் வரை கொதிக்க வைத்து, பிறகு அதில் மீதி தக்காளி சாற்றையும் ஊற்றி கொதிக்க வைத்து பரிமாறவும்.
6. இதை வடிக்கட்டாமல் முருங்கைப்பூ ரசமாகவும் பயன்படுத்தலாம்.

◇◇◇◇◇◇◇◇◇◇◇◇◇◇◇◇◇◇◇◇◇◇◇◇◇◇◇◇◇◇◇◇◇◇◇◇

முருங்கைப்பூ பால்

தேவையான பொருட்கள்

முருங்கைப்பூ	- 2 கைப்பிடி
பால்	- 500 மி.லி.
ஏலக்காய் தூள்	- 3
பாதம் பருப்பு	- 4 (பொடித்தது)
பனங்கற்கண்டு	- தேவையான அளவு

செய்முறை

1. பாலைக் கொதிக்க வைக்கவும்.
2. அதிலிருந்து 100மி.லி. பாலை வேறு பாத்திரத்தில் ஊற்றி, அதில் சுத்தம் செய்த முருங்கைப்பூவைப் போட்டு வேகவைத்து, நன்கு மசித்துக் கொள்ளவும்.
3. இதில் ஏலக்காய் பொடி, பாதாம் பருப்பு, மீதம் உள்ள பால் கலந்து நன்கு கலக்கவும்.
4. பிறகு பனங்கற்கண்டை அதில் சேர்த்து நன்கு கலக்கி பரிமாறவும்.

பின்குறிப்பு

5. பாலுக்கு மாற்றாக தேங்காய்ப்பாலையும் பயன்படுத்தலாம்.
6. பனங்கற்கண்டுக்கு மாற்றாக வெல்லத்தையும் பயன்படுத்தலாம்.
7. கூடுதலாக காய்ந்த திராட்சை (சிறுசிறு துண்டுகளாக நறுக்கியது), முந்திரி பருப்பு (பொடித்தது) ஆகியவற்றையும் இதில் சேர்க்கலாம்.

◇◇◇◇◇◇◇◇◇◇◇◇◇◇◇◇◇◇◇◇◇◇◇◇◇◇◇◇◇◇◇◇◇◇◇◇

முருங்கைப் பூ பால் பாயசம்

தேவையான பொருட்கள்

முருங்கைப்பூ - 1 கப்
கெட்டியான பால் - 1/2 லிட்டர்
முந்திரி பருப்பு - 100 கிராம்
பாதாம் பருப்பு - 100 கிராம்
பேரீச்சம்பழம் - 100 கிராம்
காய்ந்த திராட்சை - 50 கிராம்
ஏலக்காய்தூள் - 1 தேக்கரண்டி
சர்க்கரை - 400 கிராம்
பச்சை கற்பூரம் பொடி - 1 சிட்டிகை
நெய் - தேவையான அளவு
தண்ணீர் - 2 டம்ளர்

செய்முறை

1. முருங்கைப்பூவை கழுவி சுத்தமாக்கி நீரை வடித்து விடவும்.
2. முந்திரி பருப்பையும், காய்ந்த திராட்சையையும் நெய்யில் வறுத்து வைக்கவும்.
3. ஒரு பாத்திரத்தை அடுப்பில் வைத்து, பாலையும், 2 டம்ளர் தண்ணீரையும் ஊற்றி காய்ச்சவும்.
4. காய்ந்த பாலில் முருங்கைப் பூவைப் போடவும்.
5. பூ வெந்ததும் சர்க்கரையைப் போடவும்.
6. பிறகு நெய்யில் வறுத்த முந்திரி பருப்பையும், காய்ந்த திராட்சையையும் போடவும்.
7. பிறகு ஏலக்காய்தூளையும், பச்சைக்கற்பூரப் பொடியையும் தூவவும்.
8. பேரீச்சம்பழத்தை இரண்டு, மூன்றாக பிய்த்துப் போடவும்.
9. நெய் 4 தேக்கரண்டி ஊற்றவும்.
10. தேவையானால் குங்குமப்பூ போட்டு பின் அடுப்பிலிருந்து இறக்கி பரிமாறவும்.

முருங்கைப்பூ துவையல்

தேவையான பொருட்கள்

முருங்கைப்பூ - 100 கிராம்
பூண்டு - 2 பல்
சின்ன வெங்காயம் - 2
புளி - சிறிதளவு

காய்ந்த மிளகாய்	- 3
தனியா	- 50 கிராம்
உப்பு	- தேவையான அளவு

செய்முறை

1. முருங்கைப்பூவைக் கழுவி சுத்தமாக்கிக் கொள்ளவும்.
2. அதை அம்மியில் மசிய அரைக்கவும்.
3. அதனுடன் காய்ந்த மிளகாய், தனியா வைத்து அரைக்கவும்.
4. இவற்றுடன் புளி, பூண்டு, வெங்காயம் சேர்த்து அரைக்கவும்.
5. பிறகு உப்பையும் சேர்த்து ஒரே சீராக நன்கு மசியும்படி அரைத்து எடுக்கவும்.

முருங்கைப்பூ கூட்டு

தேவையான பொருட்கள்

முருங்கைப்பூ	- 2 கப்
கடலைப்பருப்பு	- 1 கப்
பாசிப்பருப்பு	- 150 கிராம்
தேங்காய் துருவல்	- பெரிய மூடி
காய்ந்த மிளகாய்	- 5
கடுகு	- 2 தேக்கரண்டி
நல்லெண்ணெய்	- 3 தேக்கரண்டி
வெங்காயம் (சின்ன)	- 2 குழம்புக்கரண்டி (பொடியாக அரிந்தது)
தக்காளி	- 3 (அரிந்தது)
கொத்தமல்லித்தழை	- சிறிது (அரிந்தது)
மஞ்சள்தூள்	- 1 தேக்கரண்டி
உப்பு	- தேவைக்கேற்ப
தண்ணீர்	- தேவையான அளவு
கறிவேப்பிலை	- கொஞ்சம்

செய்முறை

1. முருங்கைப்பூவை கழுவி சுத்தமாக்கி நீரை வடித்து விடவும்.
2. பாசிப்பருப்பை மஞ்சள்தூள் சேர்த்து தேவைக்கேற்ப தண்ணீர் ஊற்றி வேகவைக்கவும்.
3. பாதி வெந்ததும், முருங்கைப்பூவையும், உப்பையும் சேர்த்து வேகவைக்கவும்.
4. வாணலியில் எண்ணெயை சூடாக்கி, கடலைப்பருப்பைப் போட்டு சிவக்க வறுக்கவும்.

5. பிறகு கடுகைப் போட்டு, கடுகு வெடித்ததும், காய்ந்த மிளகாய் போட்டு, பின் வெங்காயம் போட்டு வதக்கி, தக்காளி, கறிவேப்பிலைப் போட்டு வதக்கவும்.
6. பிறகு இதில் பாசிப்பருப்பு முருங்கைப்பூ கலவை, தேங்காய்த்துருவல், கொத்தமல்லித்தழை போட்டு நன்றாக ஒரு கிளறு கிளறி இறக்கவும்.

◇◇◇◇◇◇◇◇◇◇◇◇◇◇◇◇◇◇◇◇◇◇◇◇◇◇◇◇◇◇◇◇◇◇◇◇◇◇

முருங்கைப்பூ சாம்பார்

தேவையான பொருட்கள்

முருங்கைப்பூ	- 25 கிராம்
கொப்பரை	- 25 கிராம் (அரிந்தது)
மிளகு	- 6 கிராம்
காய்ந்தமிளகாய்	- 12 கிராம்
மஞ்சள்	- 3 கிராம்
மல்லி	- 12 கிராம்
வெங்காயம்	- 50 கிராம் (அரிந்தது)
புளி	- 50 கிராம் (தண்ணீரில் கரைத்து வைக்கவும்)
உளுத்தம் பருப்பு	- தாளிக்க
சீரகம்	- தாளிக்க
கறிவேப்பிலை	- தாளிக்க
நெய்	- 110 கிராம் (100+10கி)
உப்பு	- 36 கிராம்
தண்ணீர்	- 200 மி.லி.

செய்முறை

1. முருங்கைப்பூவை கழுவி சுத்தமாக்கி நீரை வடித்து வைக்கவும்.
2. மிளகு, மிளகாய், மஞ்சள், தேங்காய், மல்லி இவைகளை வறுத்து, தண்ணீர் விட்டு நைசாக அரைத்து ஒரு பாத்திரத்தில் போடவும். அதன் மேல் 200 மி.லி. தண்ணீர் விட்டு, கரைத்த புளி, உப்பு சேர்த்து நன்றாக கொதிக்க விடவும்.
3. ஒரு வாணலியில் 10 கி. நெய் விட்டு சூடாக்கி, முருங்கைப்பூவைப் போட்டு வறுக்கவும்.
4. வறுத்த முருங்கைப்பூவை கொதிக்கும் சாம்பாரில் நன்கு கலந்து கொள்ளவும்.
5. பிறகு வேறு ஒரு பாத்திரத்தை அடுப்பில் வைத்து 100 கிராம் நெய் விட்டு சூடாக்கி, வெங்காயம், உளுத்தம்பருப்பு, சீரகம், கறிவேப்பிலைப் போட்டு, வெங்காயம் சிவந்ததும் அதில்

சாம்பாரை ஊற்றி கரண்டியால் நன்றாகக் கிண்டி கொதிக்க விடவும்.

6. பிறகு இது நன்கு கொதித்து, சப்தம் அடங்கியதும் அடுப்பிலிருந்து இறக்கி வைக்கவும்.

முருங்கைப்பூ பொரித்த குழம்பு

தேவையான பொருட்கள்

முருங்கைப்பூ	- 1 கப்
பாசிப்பருப்பு (அல்லது துவரம் பருப்பு)	- 1 மேசைக்கரண்டி
மஞ்சள் தூள்	- 1 சிட்டிகை
தேங்காய் துருவல்	- 2 மேசைக்கரண்டி
உளுத்தம் பருப்பு	- 2 மேசைக்கரண்டி
மிளகு	- 1 தேக்கரண்டி
பெருங்காயம்	- கொஞ்சம்
மிளகாய் வத்தல்	- 4
எண்ணெய்	- தேவையான அளவு
உப்பு	- தேவைக்கேற்ப
தண்ணீர்	- தேவையான அளவு

தாளிக்க

கடுகு	- 1 தேக்கரண்டி
உளுத்தம் பருப்பு	- 1 தேக்கரண்டி
மிளகாய் வத்தல்	- 1
தேங்காய் எண்ணெய்	- தேவையான அளவு

செய்முறை

1. மிளகாய் வத்தல், மிளகு, பெருங்காயம், உளுத்தம் பருப்பு, தேங்காய் துருவல் ஆகியவற்றை ஒரு வாணலியில் தேவையான அளவு எண்ணெய் ஊற்றி தனித்தனியாக வறுத்துக் கொள்ளவும்.
2. வறுத்த பொருட்களை ஒன்றாக சேர்த்து ஒரு மிக்சி0யில் அரைத்துக் கொள்ளவும்.
3. பாசிப்பருப்பை மஞ்சள்தூள் சேர்த்து ஒரு பாத்திரத்தில் வைத்து தேவையான அளவு தண்ணீர் ஊற்றி நன்றாகக் குழைய வேகவைத்துக் கொள்ளவும்.
4. முருங்கைப்பூவை தேவையான அளவு தண்ணீர் ஊற்றி தனியாக வேக வைத்துக் கொள்ளவும்.
5. வெந்த பூவுடன் வெந்த பருப்பை சேர்த்துத் தேவையான

அளவு உப்பு சேர்த்து சற்று நேரம் வேக வைக்கவும்.

6. நன்கு வெந்ததும் அரைத்து வைத்த கலவையை அதில் கொட்டிக் கிளறி விட்டுச் சற்று நேரம் குழம்பைக் கொதிக்கவிடவும்.
7. அனைத்தும் சேர்ந்து கொதித்ததும் அதில் தேங்காய் எண்ணெயில் கடுகு, உளுத்தம் பருப்பு, ஒரு மிளகாய் வத்தல் வைத்து தாளித்துக் கொட்டி இறக்கவும்.

முருங்கைப்பூ பொரியல்

தேவையான பொருட்கள்

முருங்கைப்பூ	- 2 கப்
வெங்காயம் (சிறியது)	- 100 கிராம் (நறுக்கியது)
தேங்காய்த்துருவல்	- 2 தேக்கரண்டி
வேர்க்கடலை (வறுத்தது)	- 50 கிராம் (பொடித்து வைக்கவும்)
உப்பு	- தேவைக்கு

தாளிக்க

கடுகு	- 1/2 தேக்கரண்டி
உளுத்தம் பருப்பு	- 1 தேக்கரண்டி
காய்ந்த மிளகாய்	- 2
தேங்காய் எண்ணெய்	- 2 தேக்கரண்டி

செய்முறை

1. வாணலியில் சிறிதளவு எண்ணெய் ஊற்றி காய்ந்ததும், கடுகு போட்டு வெடித்ததும், உளுத்தம் பருப்பு, காய்ந்த மிளகாய் போட்டு, பிறகு வெங்காயத்தைப் போட்டு வதக்கவும்.
2. பிறகு அதில் முருங்கைப்பூ சேர்த்து கிளறவும்.
3. பிறகு தேங்காய்த்துருவல், வேர்க்கடலைப் பொடி சேர்த்து நன்றாகக் கிளறி இறக்கவும்.
4. இதை சாதத்துக்கும், சப்பாத்திக்கும் பயன்படுத்தலாம்.

முருங்கைப்பூ முருங்கைக்கீரை பொரியல்

தேவையான பொருட்கள்

முருங்கைப்பூ	- கால் கப்
முருங்கைக்கீரை	- 1 கப்
நல்லெண்ணெய்	- தேவையான அளவு
உப்பு	- தேவையான அளவு

அரைக்க

வேர்க்கடலை (வறுத்து தோல் நீக்கியது)	- 2 கைப்பிடி
பொட்டுக்கடலை	- 1 கைப்பிடி
காய்ந்த மிளகாய்	- 3
பூண்டு	- 5 பல்

செய்முறை

1. காய்ந்த மிளகாய், பூண்டு, பொட்டுக்கடலை, வேர்க்கடலை ஆகியவற்றை மிக்சியில் போட்டு ஒன்றிரண்டாக பொடித்துக் கொள்ளவும்.
2. மண்சட்டியை அடுப்பில் வைத்து எண்ணெய் ஊற்றிக் காய்ந்ததும், அதில் முருங்கைக் கீரை, முருங்கைப்பூ, உப்பு போட்டு வதக்கி வேக வைக்கவும்.
3. சாதாரணமாக கீரையில் உள்ள தண்ணீரே போதும். தேவை என்றால் கொஞ்சமாக தண்ணீர் தெளித்துக் கொள்ளலாம்.
4. தண்ணீர் வற்றி கீரை வெந்ததும், அரைத்து வைத்துள்ள கலவையைச் சேர்த்து கிளறி இறக்கி பரிமாறவும்.

◇◇◇◇◇◇◇◇◇◇◇◇◇◇◇◇◇◇◇◇◇◇◇◇◇◇◇◇◇◇◇◇◇◇◇◇

முருங்கைப்பூ முருங்கைக்காய் மசாலா ஸ்டப்டு இட்லி

தேவையான பொருட்கள்

கருங்குறுவை அரிசி	- 2 1/2 கப் (வேறு அரிசியானாலும் பரவாயில்லை)
இட்லி அரிசி	- 2 1/2 கப்
உளுந்து	- 1 கப்
முளைகட்டிய வெந்தயம்	- 2 தேக்கரண்டி
உப்பு	- தேவையான அளவு

பூரணம் தயார் செய்ய

சர்க்கரைவள்ளிக் கிழங்கு	- 2
சின்ன வெங்காயம்	- 15
பூண்டு	- 2 பல்
பச்சை மிளகாய்	- 3
முருங்கைக்காய்	- 1 (வேக வைத்து விதையுடன் சதையை எடுத்து வைக்கவும்)
முருங்கைப்பூ	- 1/4 கப்
வேர்க்கடலை (வேக வைத்தது)	- 1 மேசைக்கரண்டி
மஞ்சள் தூள்	- 1/4 தேக்கரண்டி

கடுகு	- 1 தேக்கரண்டி
உளுத்தம் பருப்பு	- 1 தேக்கரண்டி
சீரகம்	- 1/2 தேக்கரண்டி
கொத்தமல்லித் தழை	- சிறிதளவு
எண்ணெய்	- தேவையான அளவு
உப்பு	- தேவையான அளவு

செய்முறை

1. கருங்குறுவை அரிசி, இட்லி அரிசி, உளுந்து ஆகியவற்றை கழுவி, 6 மணி நேரம் வரை தனித்தனியாக ஊற வைக்கவும்.
2. அவற்றுடன் முளைகட்டிய வெந்தயத்தை சேர்த்து நன்கு அரைக்கவும்
3. பிறகு இதனுடன் உப்பு சேர்த்து நன்கு கலந்து 8 மணி நேரம் புளிக்க வைக்கவும்.
4. ஒரு வாணலியில் எண்ணெய் ஊற்றி காய்ந்ததும் கடுகு, உளுத்தம் பருப்பு, சீரகம் போட்டு தாளிக்கவும்.
5. இந்த தாளிப்பில் சின்ன வெங்காயம், பூண்டு, பச்சை மிளகாய் சேர்த்து வதக்கவும்.
6. இந்த வதக்கலுடன் மஞ்சள் தூள், உப்பு, முருங்கைக்காய் சதை, மசித்த சர்க்கரை வள்ளிக் கிழங்கு, வேர்க்கடலை சேர்த்து மீண்டும் வதக்கவும்.
7. பிறகு கொத்தமல்லித் தழை தூவி அடுப்பை அணைக்கவும்.
8. இதில் முருங்கைப்பூ சேர்த்து நன்கு கிளறவும்.
9. இது நன்கு ஆறியதும் சிறு சிறு உருண்டைகளாக்கி, அவற்றை சிறிய வடை வடிவத்தில் தட்டி வைத்துக் கொள்ளவும்.
10. இட்லி தட்டில் எண்ணெய் தடவி, சிறிதளவு மாவு ஊற்றி, அதன் நடுவில் தட்டி வைத்த மசாலா வைத்து, மறுபடி சிறிதளவு மாவை, மசாலா மூடுமாறு ஊற்றி இட்லி பாத்திரத்தை மூடி வைத்து 15 நிமிடங்கள் வேகவிடவும்.
11. மசாலா ஸ்டப்டு இட்லி தயார்.

◇◇◇◇◇◇◇◇◇◇◇◇◇◇◇◇◇◇◇◇◇◇◇◇◇◇◇◇◇◇◇◇◇◇◇◇◇◇

முருங்கைப்பூ டீ

தேவையான பொருட்கள்

முருங்கைப்பூ	- 1 கையளவு
பால்	- 500 மி.லி.
ஏலக்காய் தூள்	- 1 தேக்கரண்டி
பனைவெல்லம்	- தேவையான அளவு
தண்ணீர்	- தேவையான அளவு

செய்முறை

1. தேவையான அளவு தண்ணீரில் கையளவு முருங்கைப்பூவைப் போட்டு நன்கு வேக வைக்கவும்.
2. முருங்கைப்பூ வெந்ததும் அதில் முன்பே காய்ச்சிய பாலை ஊற்றி கலக்கவும்.
3. பிறகு அதில் ஏலக்காய்த்தூள், தேவையான அளவு பனைவெல்லம் சேர்த்து நன்கு கலந்து சூடாகக் குடிக்க சுவையாக இருப்பதுடன், நோய் எதிர்ப்பு சக்தியையும் தரும்.

முருங்கைப் பூ இட்லி பொடி

தேவையான பொருட்கள்

முருங்கைப்பூ	- 1 கிண்ணம்
பொட்டுக்கடலை	- 1 கிண்ணம்
துவரம்பருப்பு	- 1 கிண்ணம்
உளுத்தம்பருப்பு (தோலுடன்)	- 1 கிண்ணம்
காய்ந்த மிளகாய்	- 10
பூண்டு	- 15 பல் (தோலுடன்)
உப்பு	- தேவையான அளவு

செய்முறை

1. முருங்கைப்பூவை ஈரப்பதம் போகும் வரை வெயிலில் நன்கு காய வைத்துக் கொள்ளவும்.
2. அனைத்துப் பொருள்களையும் (முருங்கைப்பூ உட்பட) தனித்தனியாக பொன்னிறமாக (கருகாமல்) வறுத்துக் கொள்ளவும்.
3. வறுத்து வைத்த அனைத்துப் பொருள்களையும் நன்கு ஆற வைக்கவும்.
4. நன்கு ஆறிய பிறகு அவை அனைத்தையும் ஒரு மிக்சியில் கொட்டி தேவையான அளவு உப்பு சேர்த்து, தேவையான பதத்திற்கு (நைசாகவோ அல்லது கொரகொரவென்றோ) அரைக்கவும்.

முருங்கை பிஞ்சு

ஊதுபத்தி அளவு தடிமனுள்ள பிஞ்சுகளை தேர்வு செய்து சுமார் ஒரு வாரம் நிழலில் காயவைத்து, மொறுமொறுப்பு தன்மை வந்தவுடன் சிறுசிறு துண்டுகளாக நறுக்கி மிக்சியில் நைசாக

அரைத்து பொடியாக்கி, தினமும் ஒரு வேளை பசும்பாலில் இரண்டு தேக்கரண்டி அளவு கலந்து ஐந்து மாதங்கள் குடித்து வர சிறுநீரக நோய்கள், வயிற்றுப்போக்கு, மலச்சிக்கல், வெண்புள்ளி போன்ற நோய்கள் குணமாகும்.

முருங்கைப் பிஞ்சுகளை தோலுடன் சமைத்து சாப்பிட சூடு தணியும், ஆண்மை பெருகும்.

◇◇◇◇◇◇◇◇◇◇◇◇◇◇◇◇◇◇◇◇◇◇◇◇◇◇◇◇◇◇◇◇◇◇◇◇

முருங்கைப் பிஞ்சு முந்திரி கூட்டு

தேவையான பொருட்கள்

முருங்கைப் பிஞ்சு (ஊதுவத்தி தடிமன் பிஞ்சு)	- 2
முழு முந்திரி பருப்பு	- 12
தக்காளி பேஸ்ட்	- 1 மேசைக்கரண்டி
வெங்காய பேஸ்ட்	- 1 மேசைக்கரண்டி
பச்சை மிளகாய்	- 2
கரம் மசாலா தூள்	- 1/2 மேசைக்கரண்டி
வெண்ணெய்	- 1 மேசைக்கரண்டி
உப்பு	- தேவையான அளவு
தண்ணீர்	- 1 கப்

செய்முறை

1. முருங்கைப் பிஞ்சுகளை மேல்தோல் உரித்து பொடியாக நறுக்கிக் கொள்ளவும்.
2. மிளகாயை துண்டு துண்டாக நறுக்கிக்கொள்ளவும்.
3. ஒரு கடாயில் வெண்ணையை வைத்து சூடுபடுத்தி அதில் வெங்காய பேஸ்ட்டை போட்டு பொன்னிறமாக வறுக்கவும்.
4. அதில் தக்காளி பேஸ்ட்டையும், மிளகாயையும் போட்டு வதக்கவும்.
5. பிறகு அதில் ஒரு கப் தண்ணீரும் உப்பும் சேர்த்து கொதிக்க விடவும்.
6. அதில் முருங்கைப் பிஞ்சையும், முந்திரி பருப்பையும் போட்டு வேகும் வரை கொதிக்க வைக்கவும்.
7. வெந்ததும் அதன் மேல் கரம் மசாலா தூளை தூவி சூடாக பரிமாறவும்.

◇◇◇◇◇◇◇◇◇◇◇◇◇◇◇◇◇◇◇◇◇◇◇◇◇◇◇◇◇◇◇◇◇◇◇◇

முருங்கைப் பிசின்

முருங்கைப் பிசினில் புரதச் சத்து அதிகம். முருங்கைப் பிசின் உடல் சூட்டை தணிக்கும், வாதம் சம்பந்தப்பட்ட நோய்களைப் போக்கும், பித்தநீர் எதுக்களிப்பைக் குறைக்கும்.

முருங்கைப் பிசினை காயவைத்து தூளாக்கி தினசரி காலையில் சாப்பிட்டு வந்தால் உடல் பலமும், ஆண்மைத் தன்மையும் அதிகரிக்கும். முருங்கைப் பிசின் தாதுவிருத்தி லேகியம் தயாரிக்க பயன்படுகிறது.

முருங்கைமரப் பட்டை

முருங்கைமரப் பட்டை காய்ச்சல், நஞ்சு ஆகியவற்றை போக்குவதுடன், குடல் வாயுவையும் அகற்றும் தன்மை உடையது. [முருங்கை மரத்தின் பட்டை கயிறு மற்றும் பாய் உற்பத்தி செய்யவும் பயன்படுகிறது]

முருங்கைமரப் பட்டையை துவையல் செய்தும் சாப்பிடலாம்.

முருங்கைமரப் பட்டை துவையல்

தேவையான பொருட்கள்

முருங்கைப்பூ (தோல் சீவியது)	*- 25 கிராம்*
இஞ்சி	- சிறு துண்டு
பூண்டு	- 6 பல்
புளி	- கொஞ்சம் (புளியங்கொட்டை அளவு)
வரமிளகாய்	- 2
எண்ணெய்	- தேவையான அளவு
உப்பு	- தேவையான அளவு

தாளிக்க

கடுகு	- 1 தேக்கரண்டி
எண்ணெய்	- தேவையான அளவு

செய்முறை

1. முருங்கை மரத்தின் தண்டில் இருந்து, பிசின் மற்றும் பூச்சி அரிக்காத நல்ல சதைப்பற்றுள்ள இடத்தில் தேவையான பட்டையை உரித்து எடுத்து, கழுவி அதன் மேல் தோலை சீவி, அதை சிறு சிறு துண்டுகளாக நறுக்கிக்கொள்ளவும்.
2. இஞ்சியை பொடியாக நறுக்கிக்கொள்ளவும்.

3. ஒரு வாணலியை அடுப்பில் வைத்து சிறிது எண்ணெய் ஊற்றி சூடானதும் முருங்கைப்பட்டை, இஞ்சி, பூண்டு, வரமிளகாய் ஆகியவற்றை போட்டு நன்கு வதக்கிக் கொள்ளவும்.
4. இதை ஆறவைத்து மிக்சியில் போட்டு, புளி, உப்பு சேர்த்து துவையல் பதத்திற்கு அரைத்துக்கொள்ளவும்.
5. வாணலியை அடுப்பில் வைத்து மீதி எண்ணெய் ஊற்றி சூடானதும் கடுகு போட்டு வெடித்தவுடன் அதில் அரைத்த விழுதைப் போட்டு சுமார் 5 நிமிடத்திற்கு கிளறியபடி சிறு தீயில் வேகவைத்து இறக்கவும்.
6. இந்தத் துவையல் இரத்த சோகை, மூலம் மற்றும் பெண்களின் கர்ப்பப்பை சம்பந்தமான நோய்களுக்கு நல்ல பலன் தரும்.

ஆண்மைக் குறைவு, விந்து நீர்த்துப் போதல் போன்றவற்றிற்கு

முருங்கைமரப் பட்டை அல்லது சிறு கிளைகளை நன்கு உலர்த்திப் பொடி செய்து கீழ்க் கண்டவாறு உபயோகித்து பயன் பெறலாம்.

முருங்கைமரப் பட்டைப் பொடி 120 கிராம் எடுத்து 600 மில்லி லிட்டர் தண்ணீரில் கரைத்து அதை அரை மணி நேரம் கொதிக்க வைக்கவும். பிறகு அதில் 30 மி.லி. எடுத்து அதனுடன் ஒரு மேசைக்கரண்டி தேன் சேர்த்து தினமும் மூன்று வேளை வீதம் ஒரு மாதம் உண்ண வேண்டும்.

மூட்டு வலிக்கு

முருங்கைமரப் பட்டையை இடித்து, அத்துடன் மிளகு, சீரகம், உப்பு சேர்த்து சூப் தயாரித்து குடித்து வந்தால், புத்துணர்வு கிடைப்பதுடன் மூட்டு வலிகள் குறையும்.

கட்டிகளுக்கு

முருங்கைப் பட்டையை இடித்து வீக்கங்கள், கட்டிகள் இருக்கும் இடத்தில் வைத்துக் கட்டினால் வீக்கம் குறையும்.

முருங்கை வேர்ப்பட்டை , புழுங்கல் அரிசி, உப்பு மூன்றையும் சம அளவு எடுத்து அரைத்து, கட்டிகள்மீது தொடர்ந்து மூன்று நாட்கள் கட்டினால் கட்டிகள் மறையும்.

கரப்பான், சொறி சிரங்கு குணமாக

முருங்கைப்பட்டைச் சாறுடன் குப்பைமேனி சாறைச் சேர்த்து தேங்காய் எண்ணெய் விட்டுக் காய்ச்சி கரப்பான், சொறிசிரங்கு மீது பூசி வர நல்ல பலன் கிடைக்கும்.

பூச்சிவிரட்டியாக

முருங்கைப்பட்டை சாறு ஒரு நல்ல பூச்சி விரட்டியாகவும் பயன்படும்.

முருங்கை மரத் தண்டுகள்

முருங்கை மரத் தண்டுகள் பஞ்சு போன்று மிருதுவாக இருப்பதனால் செய்தித்தாள் காகிதம் தயாரிக்கும் மரக்கூழாக பயன்படுகிறது.

2. முருங்கை மரத்தின் பசை தோல் பதனிடும் தொழிற்சாலைகளில் பயன்படுத்தப்படுகிறது.

முருங்கைமர வேர்

முருங்கைமர வேரில் இருந்து சாறெடுத்து பாலுடன் சேர்த்து பருகி வர கீல்வாயு மற்றும் முதுகு வலி குணமாகும். மேலும் நரம்பு சம்பந்தப்பட்ட நோய்களான பக்கவாதம் மற்றும் வலிப்பு நோய்களுக்கும் நல்ல பலன் கிடைக்கும்.

முருங்கை மர வேரின் சாற்றை, மார்பகம் மற்றும் பெருங்குடல் புற்றுநோய்களின் வீரியத்தைக் குறைக்கும் மருந்தாகப் பயன்படுத்தலாம் என சில ஆய்வுகள் கூறுகின்றன.

முருங்கை மரத்தில் கம்பளிப்பூச்சி தொல்லை

முருங்கை மரத்தை வீட்டில் வளர்ப்பதில் உள்ள ஒரே பிரச்சனை குளிர்காலங்களில் அம்மரத்தில் ஏற்படும் கம்பளிப் பூச்சித் தொல்லையாகும். அந்தப் பிரச்சனையிலிருந்து விடுபட கீழ்க்கண்ட வழி முறைகளைக் கையாளலாம்.

1. கம்பளிப் பூச்சிகள் அண்டாமல் இருக்க குளிர்காலத்தில் 15 நாட்களுக்கு ஒருமுறை முருங்கை மரத்தின் மீது வேப்பிலை கரைசல் தெளித்து வரலாம்.

வேப்பிலைக் கரைசல் பூச்சிவிரட்டி செய்முறை

1. 100 கிராம் அளவு வேப்பிலையை மிக்சியில் போட்டு இரண்டு மூன்று சுற்றுகள் சுற்றி ஒன்றிரண்டாக அரைத்துக் கொள்ளவும். அதை அப்படியே வழித்தெடுத்து ஒரு சுத்தமான துணியில் மூட்டையாக கட்டவும். ஒரு வாளியில் ஒரு லிட்டர் தண்ணீர் ஊற்றி அதில் இந்த வேப்பிலை மூட்டையை நன்கு மூழ்கி இருக்கும்படி 24 மணி நேரம் ஊறவைக்கவும். பிறகு எடுத்துப் பார்த்தால் தண்ணீர் பச்சை நிறமாக மாறி இருக்கும். இந்த வேப்பிலை மூட்டையை நன்கு பிழிந்து எடுத்த பின், வாளியில்

உள்ள வேப்பிலை கரைசலுடன் பத்து லிட்டர் தண்ணீர் சேர்த்து நன்கு கலக்கவும். வேப்பிலை கரைசல் தயார். இந்த வேப்பிலை கரைசலை ஒரு தெளிப்பானில் ஊற்றி முருங்கை மரத்தின் மீது வேப்பிலை கரைசல் நன்கு படும்படி தெளிக்கவும். இந்த வேப்பிலைக் கரைசலை வீட்டுத்தோட்டத்தில் வளர்க்கும் மற்ற செடிகளுக்கும் பூச்சிவிரட்டியாக தெளிக்கலாம்.

2. முருங்கை மரத்தில் கம்பளிப் பூச்சிகள் இருக்கும் போது, தீப்பந்தம் கொளுத்தி கம்பளிப் பூச்சிகளின் மீது காட்டி அழிக்கலாம் அல்லது டிட்டர்ஜண்ட் சோப்பு (அல்லது டிட்டர்ஜண்ட் தூள்) தண்ணீரில் கரைத்து அந்தக் கரைசலை கம்பளிப் பூச்சிகள் மீது தெளித்தும் அழிக்கலாம்.
3. கம்பளிப் பூச்சிகள் மீது பப்பாளி இலைக்கரைசலை தெளித்தும் அவற்றை அழிக்கலாம்.

பப்பாளி இலைக்கரைசல் செய்முறை

சுமார் 50 கிராம் அளவு பப்பாளி இலையை (காம்பு மற்றும் நரம்பு நீக்கியது) துண்டு துண்டாக நறுக்கி ஒரு பாத்திரத்தில் எடுத்துக்கொள்ளவும். அதில் 100 மி.லி. அளவு தண்ணீர் ஊற்றி 24 மணி நேரம் ஊறவிடவும். பிறகு அதை ஊறிய தண்ணீருடன் ஒரு மிக்சியில் இட்டு, நன்கு அரைத்து சாறு எடுக்கவும். பப்பாளி இலைச்சாறு தயார். இந்த பப்பாளி இலைச்சாற்றை அப்படியே ஒரு தெளிப்பானில் ஊற்றி கம்பளிப் பூச்சிகள் மீது தெளித்து அவற்றை அழிக்கலாம்.

■

www.ingramcontent.com/pod-product-compliance
Lightning Source LLC
LaVergne TN
LVHW100311051026
849517LV00006B/2258
9789395776844